എം. ശ്രീഹർഷൻ

കോഴിക്കോട് ജില്ലയിലെ കൊയിലാണ്ടിയിൽ അരിക്കുളം സ്വദേശി.
ജനനം : 1962.
പിതാവ് : എ.പി. കരുണാകരൻകിടാവ്, മാതാവ് : കെ.പി. മാധവിഅമ്മ.
മുപ്പത്തെട്ടു വർഷം അധ്യാപകനായി ജോലിചെയ്തു. സംസ്ഥാന പാഠപുസ്തകസമിതിയിൽ അംഗമായിരുന്നിട്ടുണ്ട്. എസ്.സി.ഇ.ആർ.ടി, ഡയറ്റ്, സർവശിക്ഷാ അഭിയാൻ തുടങ്ങിയവയുടെ വിവിധ പ്രസിദ്ധീകരണങ്ങളുടെ പത്രാധിപസമിതിയിലും അധ്യാപകപരിശീലനത്തിനുള്ള സ്റ്റേറ്റ് റിസോഴ്സ് ഗ്രൂപ്പിലും അംഗമായിരുന്നു. 'വാർത്തികം' മാസികയുടെ മാനേജിങ് എഡിറ്ററായും പ്രവർത്തിച്ചു.
ചെറുകഥ, ലേഖനം, യാത്രാവിവരണം, തിരക്കഥ, ഫീച്ചർ എന്നിവ എഴുതാറുണ്ട്. ചിത്രകാരനാണ്. ഗ്രാഫിക് ഡിസൈനിങ്, ലേ-ഔട്ട് എന്നിവയും ചെയ്യുന്നു.
കലിംഗഹൃദയത്തിലൂടെ (യാത്രാഖ്യാനം), അകാരം (കഥകൾ), രാമായണങ്ങളുടെ ലോകം (പഠനം) എന്നിവയാണ് പ്രസിദ്ധീകരിച്ച മറ്റു പുസ്തകങ്ങൾ. മികച്ച അധ്യാപകനുള്ള കെ. ശിവരാമൻ സ്മാരക പുരസ്കാരം (2019) ലഭിച്ചു.

വിലാസം :

ശ്രീപുരം, അരിക്കുളം, കൊയിലാണ്ടി 673620.
ഫോൺ : 6282055183, 9497211975
ഇ-മെയിൽ : msreeharshan@gmail.com

Malayalam Language
Kangchenjungayile Sooryodayam
(Travalogue)
by
M. Sreeharshan

♦

Published in September 2022
by Kairali Books Private Limited
Thalikkavu Road, Kannur.
Ph : 0497-2761200
E-Mail : kairalibooksknr@gmail.com

♦

Cover Design
M. Sreeharshan

Price ₹ : 180.00
42/22-23/Sl.No.1347/300/NS 18.6
ISBN 978-93-49727-98-4

കാഞ്ചൻജംഗയിലെ സൂര്യോദയം

(യാത്രാഖ്യാനം)

എം. ശ്രീഹർഷൻ

കൈരളി ബുക്സ്

സഞ്ചാരിയുടെ ഹർഷങ്ങൾ

ഡോ: പി.കെ. തിലക്

ഇന്ദ്രിയങ്ങൾകൊണ്ട് ലോകത്തെ അറിയാനുള്ള ജന്മസിദ്ധമായ വാസനയാവാം അനന്തമായ യാത്രകളിൽ ഏർപ്പെടാൻ മനുഷ്യരെ പ്രേരിപ്പിച്ചത്. ഉല്പത്തി കാലം മുതൽ മനുഷ്യർ അവരുടെ സഞ്ചാരം തുടർന്നുകൊണ്ടേയിരിക്കുന്നു. ഏദൻതോട്ടത്തിൽനിന്നുള്ള പുറത്താക്കലായും ഹിമപാതങ്ങളിൽനിന്നുള്ള അതിജീവനമായും അത് രേഖപ്പെടുത്തപ്പെട്ടിട്ടുണ്ട്. വിവിധ ജനവിഭാഗങ്ങളുടെ ജനിതക വ്യാപനം സംബന്ധിച്ച തെളിവുകൾ നിരത്തി ശാസ്ത്രലോകം മനുഷ്യരുടെ നിലയ്ക്കാത്ത യാത്രകൾക്ക് തെളിവുകൾ നൽകുന്നു.

“പണ്ടു പണ്ട്, ഓന്തുകൾക്കും മുമ്പ്, ദിനോസറുകൾക്കും മുമ്പ്, ഒരു സായാഹ്നത്തിൽ രണ്ടു ജീവബിന്ദുക്കൾ നടക്കാനിറങ്ങി. അസ്തമയത്തിൽ ആറാടിനിന്ന ഒരു താഴ്‌വരയിലെത്തി. ഇതിന്റെ അപ്പുറം കാണണ്ടേ, ചെറിയ ബിന്ദു വലിയതിനോടു ചോദിച്ചു. പച്ചപിടിച്ചു നിൽക്കുന്ന താഴ്‌വര, ഏട്ടത്തി പറഞ്ഞു. ഞാനിവിടെ നില്ക്കട്ടെ. എനിക്കു പോകണം, അനുജത്തി പറഞ്ഞു. അവളുടെ മുമ്പിൽ നീണ്ടുകിടന്ന അനന്തപഥങ്ങളിലേക്ക് അനുജത്തി നോക്കി. നീ ചേച്ചിയെ മറക്കുമോ, ഏട്ടത്തി ചോദിച്ചു. മറക്കില്ല, അനുജത്തി പറഞ്ഞു. മറക്കും, ഏട്ടത്തി പറഞ്ഞു. ഇതു കർമ്മപരമ്പരയുടെ സ്നേഹരഹിതമായ കഥയാണ്. ഇതിൽ അകൽച്ചയും ദുഃഖവും മാത്രമേയുള്ളൂ. അനുജത്തി നടന്നകന്നു. അസ്തമയത്തിന്റെ താഴ്‌വരയിൽ ഏട്ടത്തി തനിച്ചു നിന്നു. പായൽക്കുരുന്നിൽനിന്ന് വീണ്ടുമവൾ വളർന്നു. അവൾ വലുതായി. വേരുകൾ പിതൃക്കളുടെ കിടപ്പറയിലേക്കിറങ്ങി. മൃതിയുടെ മുലപ്പാൽ കുടിച്ച് ചില്ലകൾ പടർന്നു തിടം വച്ചു. കണ്ണിൽ സുറുമയും കാലിൽ തണ്ടയുമിട്ട ഒരു പെൺകുട്ടി ചിതലിയുടെ താഴ്‌വരയിൽ പൂവിറുക്കാനെത്തി. അതിനിടെ തനിച്ചു നിന്ന ചെമ്പകത്തിന്റെ ചില്ലയൊടിച്ച് പൂനുള്ളിയെടുത്തപ്പോൾ ചെമ്പകം പറഞ്ഞു, അനുജത്തീ നീയെന്നെ മറന്നുവല്ലോ.” (ഖസാക്കിന്റെ ഇതിഹാസം). പരിണാമത്തിന്റെയും അതിജീവനത്തിന്റെയും കഥയാണ് സഞ്ചാരത്തിന്റെ പ്രാധാന്യം വെളിപ്പെടുത്തുന്ന ഈ ചെറുവിവരണത്തിലൂടെ ഒ.വി.വിജയൻ നൽകുന്നത്.

പ്രകൃതിയോട് ഇണങ്ങിയും അത് സൃഷ്ടിക്കുന്ന പ്രാതികൂല്യങ്ങളോട് മല്ലിട്ടും നിലനില്പ് ഉറപ്പിക്കാനുള്ള ശ്രമം മനുഷ്യരുടെ പ്രയാണങ്ങൾക്ക് ഗതിവേഗം നൽകി. മനുഷ്യരെപ്പോലെ മറ്റു ജീവജാലങ്ങളും ചെറുതും വലുതുമായ യാത്രകളിൽ ഏർപ്പെടാറുണ്ട്. പക്ഷികളുടെ ദേശാടനം അതിന് ഉദാഹരണമാണ്. പല ജീവികൾക്കും അവയുടെ ജീവശാസ്ത്രപരമായ ധർമ്മങ്ങൾ നിറവേറ്റുന്നതിന് സഞ്ചാരം അനിവാര്യമായിത്തീരാറുണ്ട്.

വിദൂരദേശങ്ങളെക്കുറിച്ചുള്ള ആകാംക്ഷ മനുഷ്യരിലെ യാത്രാഭിമുഖ്യത്തിന് ആക്കം കൂട്ടി. സഞ്ചാരത്തിലൂടെ ജീവിതത്തിന്റെ പുതിയ തുരുത്തുകളിൽ എത്തിച്ചേരാനും വ്യാപാരബന്ധങ്ങളിൽ ഏർപ്പെടാനും മനുഷ്യർക്ക് കഴിഞ്ഞിട്ടുണ്ട്. അ

തിപുരാതനം കാലം മുതൽ ചൈനീസ് സഞ്ചാരികൾ ലോകത്തിന്റെ വിവിധ പ്രദേശങ്ങളിൽ യാത്രചെയ്തിരുന്നതായി ചരിത്രം രേഖപ്പെടുത്തുന്നു. ലോകത്തിന്റെ വിവിധ ഭാഗങ്ങളിലെ സംസ്കാരം, വിഭവങ്ങളുടെ വൈവിധ്യം, ഭൂപ്രകൃതി, കാലാവസ്ഥ തുടങ്ങിയ പല വിവരങ്ങളും അവരുടെ യാത്രാക്കുറിപ്പുകളിൽ ലഭ്യമാണ്. യൂറോപ്പിൽ നിന്നുള്ള സഞ്ചാരികൾ പൊതുവെ സമുദ്രയാത്രകളാണ് തിരഞ്ഞെടുത്തിരുന്നത്. ലോകത്തിന്റെ നാനാഭാഗങ്ങളിലുള്ള സഹജീവികളെ കീഴ്പ്പെടുത്താനും ഭൂഖണ്ഡങ്ങൾ പിടിച്ചടക്കാനുമുള്ള ഊർജം അവർ നേടിയത് ഈ യാത്രകളിലൂടെയാവണം. എഡിൻബറോ സർവകലാശാലയിലെ വൈദ്യശാസ്ത്ര വിദ്യാർഥിയായിരുന്ന ചാൾസ് റോബർട്ട് ഡാർവിൻ അഞ്ചു വർഷക്കാലം നീണ്ട കപ്പൽ യാത്രാനുഭവത്തിൽനിന്നാണ് പരിണാമസിദ്ധാന്തം രൂപപ്പെടുത്തിയത്. ഇങ്ങനെ നോക്കിയാൽ യാത്രകളാണ് എല്ലാ മനുഷ്യപുരോഗതിക്കും വഴി തെളിയിച്ചതെന്ന് പറയേണ്ടിവരും. മനുഷ്യരുടെ യാത്രകൾ ഇന്ന് ശൂന്യാകാശത്തിലേക്കും അന്യഗ്രഹങ്ങളിലേക്കും നീളുകയാണ്. യുദ്ധവും വറുതിയും പ്രകൃതിദുരന്തങ്ങളും തുടർക്കഥയായ പുതുലോകസാഹചര്യത്തിൽ മനുഷ്യന്റെ നിലനില്പിനായുള്ള പ്രയാണങ്ങൾ അവസാനിക്കുന്നില്ല.

യാത്രയിലെ അന്വേഷണത്തെയും അതിജീവനയത്നങ്ങളെയും മാറ്റിനിറുത്തിയാൽ കൗതുകവും ഉല്ലാസവും കൂടിക്കലർന്ന ഒരു ഭാഗമുണ്ട്. ലോകത്താകെ വലിയൊരു സാമ്പത്തികസ്രോതസ്സ് എന്ന നിലയിൽ വികസിച്ചുകഴിഞ്ഞ വിനോദസഞ്ചാരമേഖല പ്രയോജനപ്പെടുത്തുന്നത് ആ സാധ്യതയെയാണ്. സംഘർഷം നിറഞ്ഞ ദൈനംദിനജീവിതത്തിൽനിന്നുള്ള മോചനത്തിനായും വിശ്രമത്തിനും വിനോദത്തിനുമായും നടത്തുന്ന യാത്രകൾ മാനസികമായും ശാരീരികമായും ഉണർവും ഉന്മേഷവും നൽകുന്നു. അവ ചില പുതിയ അറിവുകൾ സമ്മാനിക്കുകയും ചെയ്യും. ഒപ്പം ഊഷ്മളമായ സൗഹൃദങ്ങൾക്ക് അവ വഴിതെളിക്കുന്നു. അത്തരം അനുഭവങ്ങൾ സമാനമനസ്കർക്ക് പങ്കുവയ്ക്കാനായി തയാറാക്കുന്ന കുറിപ്പുകൾ ഏറെ ഹൃദ്യമാണെന്നു പറയേണ്ടതില്ലല്ലോ.

എം. ശ്രീഹർഷന്റെ 'കാഞ്ചൻജംഗയിലെ സൂര്യോദയം' എന്ന യാത്രാവിവരണം അനുഭവങ്ങൾകൊണ്ട് എന്നപോലെ അറിവുകൾ കൊണ്ടും സമ്പന്നമാണ്. ഇന്ത്യയുടെ വടക്കുകിഴക്കൻ അതിർത്തിപ്രദേശങ്ങളിലെ വിനോദസഞ്ചാരമേഖലകളിലാണ് ഗ്രന്ഥകാരൻ സഞ്ചരിച്ചത്. സന്ദർശിച്ച സ്ഥലങ്ങളുടെ ചരിത്രം, ഭൂപ്രകൃതി, സംസ്കാരം തുടങ്ങിയ വിവരങ്ങളെല്ലാം നിഷ്കർഷയോടെ അന്വേഷിച്ച് രേഖപ്പെടുത്താൻ അദ്ദേഹം ശ്രദ്ധിച്ചിട്ടുണ്ട്. യാത്രയിലുണ്ടായ ഹൃദയസ്പർശിയായ അനുഭവങ്ങളും ഉന്മേഷകരമായ സൗഹൃദങ്ങളും വായനക്കാർക്കായി ശ്രീഹർഷൻ പങ്കുവയ്ക്കുന്നു.

ചെറുതെങ്കിലും മനോഹരമായ ഈ പുസ്തകം വായനക്കാർക്കായി സ്നേഹപൂർവം സമർപ്പിക്കട്ടെ. ആശംസകളോടെ.

എറണാകുളം
01-04-2022

ഭാഗത്ത് നിന്നാണ് തുടക്കം. ഇംഗ്ലീഷ് അക്ഷരമായിലെ 'Y' ആകൃതിയിൽ. മുകളറ്റങ്ങൾ വടക്കോട്ടുയർന്നു നിൽക്കുന്നു. വടക്ക്കിഴക്കറ്റം ചെങ്കുത്തായി താഴ്ന്ന് 'ലെബോങ്'ചുരത്തിൽ അവസാനിക്കുന്നു. വടക്ക്പടിഞ്ഞാറ്റം 'ടുക്വേർ' ചായത്തോട്ടത്തിന് അടുത്തുള്ള താഴ്വരയിലും.

പത്തൊമ്പതാം നൂറ്റാണ്ടിന്റെ തുടക്കംവരെ ആദിവാസികളായ ലെപ്ചാ വംശജരുടെ നാട്. നേപ്പാളിലെയും സിക്കിമിലെയും രാജവംശങ്ങളുടെ മാറിമാറിയുള്ള ഭരണം. ആയിരത്തി എണ്ണൂറ്റി ഇരുപത്തെട്ടിൽ ബ്രിട്ടീഷ് ഈസ്റ്റ് ഇന്ത്യാ കമ്പനി ഇവിടം പട്ടാളക്കാരുടെ സുഖവാസ കേന്ദ്രമാക്കി മാറ്റി. ആയിരത്തി എണ്ണൂറ്റി മുപ്പത്തഞ്ചിൽ സിക്കിമിലെ ചോഗ്യാലിൽനിന്നും ഡാർജിലിങിനെ അവർ പാട്ടത്തിനെടുത്തു. സിക്കിമും കമ്പനിയും തമ്മിൽ തർക്കങ്ങൾ രൂപപ്പെട്ടതോടെ ആയിരത്തി എണ്ണൂറ്റി നാൽപ്പത്തൊമ്പതിൽ ബ്രിട്ടീഷിന്ത്യൻ സാമ്രാജ്യത്തിലേക്ക് കൂട്ടിച്ചേർക്കപ്പെടുകയായിരുന്നു.

പഴമയും പുതുമയും കൂടിക്കലർന്ന നഗരം. ബ്രിട്ടീഷുകാർ ആദ്യം ഇവിടെ സാനിട്ടോറിയങ്ങളും മിലട്ടറി ഡിപ്പോകളുമാണ് സ്ഥാപിച്ചത്. പിന്നീട് തേയിലത്തോട്ടങ്ങൾ. ഡാർജിലിങ് ടീ - ലോകത്തിലെ ഏറ്റവും ജനപ്രിയമായ തേയില. ഇതെല്ലാമായി ബന്ധപ്പെട്ട തൊഴിലാളികളും തദ്ദേശീയരും കൂടിക്കലർന്ന ജനസമൂഹം. തുടർന്ന് ബ്രിട്ടീഷ്രീതിയിലുള്ള ധാരാളം പബ്ലിക് സ്കൂളുകൾ സ്ഥാപിതമായി. കുറേക്കഴിഞ്ഞപ്പോൾ സുഖവാസകേന്ദ്രമായും വിനോദസഞ്ചാരകേന്ദ്രമായും വളർന്നു ഇവിടം. ഹോട്ടലുകളും റിസോർട്ടുകളും റോഡുകളും തെരുവകളും വീടുകളും നിറഞ്ഞു. അതിനെല്ലാമനുസരിച്ച് ജനസമൂഹവും വികസിച്ചുകൊണ്ടേയിരിക്കുന്നു.

ഡാർജിലിങിൽ ഞങ്ങളുടെ ആദ്യസായാഹ്നമാണിത്. വടക്കുകിഴക്കൻ പർവതനഗരങ്ങളിലേക്കുള്ള ഒരു തിടുക്കയാത്ര. നാട്ടിൽനിന്ന് ചെന്നൈ വഴി ഹൗറയ്ക്ക് രണ്ടു രാത്രിയും ഒരു പകലും. ഹൗറയിൽ നിന്ന് ന്യൂ ജൽപായ്ഗുരിക്ക് ഒരു രാത്രി. അങ്ങനെ രണ്ടു ദിവസത്തെ തീവണ്ടിയാത്ര.

ഹൗറയിലെ പകലിടവേളയിൽ ചില ചുറ്റിക്കറങ്ങലുകൾ. ജൽപായ്ഗുരിയിൽനിന്ന് ഡാർജിലിങിലേക്ക് ടെമ്പോട്രാവലറിൽ മൂന്നു മണിക്കൂർ റോഡുയാത്ര. നാലാംനാൾ ഉച്ചയോടെ ഡാർജിലിങിലെത്തി. ഭക്ഷണം കഴിച്ച് ഇത്തിരി 'കേമായി' വിശ്രമിച്ചാണ് മാൾറോഡിലേക്കിറങ്ങിയത്. ഞങ്ങൾ, പന്ത്രണ്ടുപേരടങ്ങിയ ചെറുയാത്രാസംഘം.

കാന്തിയുടെ കണക്കുപുസ്തകം

ഡോ: എൻ.പി.വിജയകൃഷ്ണൻ

'എനിക്ക് ഏറ്റവും സുഖം സംഭവിച്ചു. അതിനുള്ള കാരണം എന്താണ്?' തിരനോട്ടം കഴിഞ്ഞ് സ്വസ്ഥനായിരിക്കുമ്പോൾ ഉത്ഭവത്തിൽ രാവണൻ സ്വയം ചോദിച്ചുകൊണ്ട് അതിനുള്ള ഉത്തരം കണ്ടെത്തുന്നത് കളിയരങ്ങിലെ സവിശേഷമായ ആട്ടസന്ദർഭമാണ്. എം.ശ്രീഹർഷനും ഇതേ വൈകരികമനോഭാവത്തോടെയാണ് ഈ പുസ്തകം എഴുതാനിരുന്നത്. തനിച്ചനുഭവിച്ച ആത്മസുഖത്തെക്കുറിച്ചുള്ള അന്വേഷണം. അതിനുള്ള കാരണം യാത്രയാണ്. അനവധി യാത്രകൾ നടത്തിയിട്ടുണ്ടെങ്കിലും സവിശേഷവും ഹർഷജനകവുമായ ഈ യാത്രാസുഖത്തെക്കുറിച്ച് അദ്ദേഹം വിവരിക്കുകയാണ് ഈ പുസ്തകത്തിൽ.

കഥകളിസമ്പ്രദായത്തിൽ 'നോക്കിക്കാണൽ' മറ്റൊരു സൗന്ദര്യമാണ്. നായികയെ, പർവതത്തെ, സ്വർഗത്തെ നോക്കിക്കാണൽ നടന് ഒരു വെല്ലുവിളികൂടിയാണ്. ശ്രീഹർഷൻ ഇവിടെ കാഞ്ചൻജംഗയെ നോക്കിക്കാണുകയാണ്. ഇരുത്തംവന്ന ചൊല്ലിയാട്ടശിക്ഷണം ലഭിച്ച് തികഞ്ഞ്തെളിഞ്ഞ വേഷക്കാരൻ അരങ്ങിൽ 'നോക്കിക്കാണലിന്റെ' ലാവണ്യം അനുഭവിക്കുന്നതുപോലെ എന്നു പറയാം.

കാണിയുടെ ആത്മകഥകൂടിയാണ് യാത്രാവിവരണം. അഥവാ ജീവിതപുസ്തകത്തിലെ ഒരധ്യായം. കണ്ണിണക്കാനന്ദം നൽകുന്ന കാഴ്ചകളെ പകർത്തിയെഴുതുന്ന കലാത്മകത. 'യാത്രാവിവരണം' എന്ന പേരിലെ വിവരണത്തിന്റെ മാർഗരേഖകൾ ആധുനികകാലത്ത് ആത്മനിഷ്ഠമായി പുതുക്കിയെഴുതപ്പെടുന്നു. സഞ്ചാരസാഹിത്യത്തിലെ സഞ്ചാരഗതികളും അതിലെ സാഹിത്യംതന്നെയും അപനിർമ്മിക്കപ്പെടുകയാണ്. സ്വകീയമായ ഒരു ഘടന അതിന് കൈവന്നിരിക്കുന്നു. വായിച്ച യാത്രാപുസ്തകളിൽനിന്നുള്ള മാറിനടപ്പെഴുത്താണ് ശ്രീഹർഷൻ ഈ പുസ്തകത്തിൽ ഒരുക്കുന്നത്.

കവി, കാഥികൻ, ചിത്രകാരൻ, അധ്യാപകൻ, യാത്രികൻ, ഡിസൈനർ എന്നിങ്ങനെ പകർന്നാടുകയാണ് ശ്രീഹർഷൻ. കാഞ്ചൻജംഗയിലേക്കുള്ള 'പുറപ്പാട്' മുതൽ തിരിച്ചുവരവിന്റെ 'ധനാശി' വരെ സൂക്ഷ്മവും സൗന്ദര്യാധിഷ്ഠിതവും ഗവേഷണാത്മകവും അനുഭൂതിപ്രധാനവുമാക്കാൻ ശ്രീഹർഷന് സാധിക്കുന്നുണ്ട്.

'ഭാനുഭക്തരാമായണ'വുമായി ബന്ധപ്പെട്ട വിവരണത്തിൽ, ലളിതവും സരളവുമായ കാവ്യരസമെന്നാണ് ശ്രീഹർഷൻ ആ കൃതിയെ വിശേഷിപ്പിക്കുന്നത്. ആ വിശേഷണം ഈ പുസ്തകത്തിനും ചേരും. ഗ്രന്ഥകാരനിലെ കവിഹൃദയമാണ് ഓരോ അധ്യായത്തിന്റെയും സമാപനത്തിൽ തെളിഞ്ഞുനിൽക്കുന്നത്. "മരച്ചാർത്തിനിടയിലൂടെ ഒളിമിന്നുന്ന കാഞ്ചൻജംഗശിഖരങ്ങൾ" എന്നു വായിക്കുമ്പോൾ 'നളചരിത'ത്തിലെ കാട്ടാളന്റെ പദം ഓർമ്മിക്കാം: "മരത്തിനിടയിൽ കാണാമേ സുന്ദരത്തിനുടെ സാദൃശ്യേയം". അഞ്ചാം അധ്യായത്തിൽ "മേഘരഹിതമായ ആകാശത്ത് പൗർണമിയുടെ താഴികക്കുടം" എന്നു കാണുന്നു. സുകനകമാകിയ താഴികക്കുടങ്ങളെക്കുറിച്ചെഴുതിയ വള്ളത്തോൾ നിനവിൽ വരാം. "വിദൂരതയിൽ രാത്രിയുടെ ശ്യാമപ്രകൃതിക്കുള്ള പൂജാപുഷ്പമായി വിരിഞ്ഞുനിൽക്കയാണ് കാഞ്ചൻജംഗയുടെ ഹിമദളങ്ങൾ" എന്ന് ആറാം അധ്യായം സമാപിക്കുന്നു. കണ്ട പ്രകൃതിയെ കവിതയിലേക്ക് ആവാഹിക്കുകയാണ് എഴുത്തുകാരൻ.

തീവണ്ടിത്തിരക്കത്തിനിടയിൽ അതുവരെ ഇംഗ്ലീഷും ഹിന്ദിയും മാത്രം പറഞ്ഞിരുന്ന 'എക്സിക്കുട്ടീവ്' തനി കോഴിക്കോടൻ മാതൃഭാഷ പറഞ്ഞ ഒരു ഹാസ്യസന്ദർഭം ഒന്നാം അധ്യായത്തിലുണ്ട്. "സ്വന്തം കാര്യം തീവ്രമായി കടന്നുവരുമ്പോളാണ് ഒരാളുടെ തനതുഭാഷ പുറത്തുവരിക" എന്ന് ഈ സന്ദർഭത്തെ ഉദാഹരിച്ച് യാത്രികനായ ശ്രീഹർഷൻ എഴുതുന്നു. ഈ എഴുത്തുകാരനും ഇത് ബാധകമാവുന്നു. കാഞ്ചൻജംഗ ശ്രീഹർഷനിലെ തനതുഭാഷയെ പുറത്തെടുക്കാനുള്ള നിമിത്തമായി.

യാത്രയിലുടനീളം സ്വസ്ഥമായ മനസ്സോടെ മുഴുവൻസമയ നിരീക്ഷകനായി ശ്രീഹർഷൻ സഞ്ചരിക്കുന്നു. ഭാവിയിൽ എഴുതാൻ പോവുന്ന പുസ്തകത്തിനുവേണ്ട വസ്തുക്കൾ രഹസ്യമായി ശേഖരിക്കുകയാണ്. അതിനുള്ളതെല്ലാം അന്വേഷിക്കുന്നുണ്ട്. എഴുത്തിലേക്കുള്ള മറുചാരക്കണ്ണും ശ്രീഹർഷനിൽ ഉണ്ടായിരുന്നുവെന്ന് പുസ്തകം തെളിവു തരുന്നു. 'ജാത്രാ' നാടകത്തെക്കുറിച്ചുള്ള വിവരണം ഈ കലാരൂപത്തിലേക്കുള്ള ഒരു നോട്ടമായി അനുഭവപ്പെടുന്നു. അവിടെ ജി. ശങ്കരപ്പിള്ളയെ ഗ്രന്ഥകാരൻ ഓർമ്മിക്കുന്നു. ഭാരതീയനാടകവേദിയെ സ്മരിക്കുന്നു.

മൂന്നാം അധ്യായത്തിൽ കാഞ്ചൻജംഗയിലെ സൂര്യോദയത്തെ ജന്മപുണ്യമായും അനന്യപ്രകൃതിവിസ്മയമായും ശ്രീഹർഷൻ കാണുകയാണ്. അകക്കണ്ണുകൊണ്ട് സൂര്യോദയസൗന്ദര്യം കാണുന്ന ഒരു ബുദ്ധഭിക്ഷുവിനെ അദ്ദേഹം അവിടെ കണ്ടുമുട്ടുന്നുണ്ട്. എഴുത്തുകാരൻ അകക്കണ്ണുകൊണ്ടും കാഞ്ചൻജംഗ കാണുന്നുവെന്നതിന്റെ സാക്ഷ്യങ്ങളാണ് ഈ പുസ്തകത്തിലെ മനോഹരസന്ദർഭങ്ങൾ. യാത്രക്കിടയിലെ 'സാരമായ മുന്തിയ മാത്രകളെ' ഇതിൽ തുറന്നെഴുതുന്നുണ്ട്. അത്തര

മൊന്നാണ് ഈ ബുദ്ധഭിക്ഷുവുമായുള്ള സമാഗമം. ലൗകികത എത്രത്തോളം അസംബന്ധമാണെന്ന് തോന്നുന്ന രംഗങ്ങൾ. ലോകം എത്ര വലുതാണ്; നമ്മൾ എത്ര ചെറുതാണ് എന്നു തോന്നിപ്പിക്കുന്ന സന്ദർഭം. മുറിവുണക്കിത്തന്ന ഭിക്ഷുവൈദ്യൻ നടന്നു മറയുന്നതിനെ "മഞ്ഞ നക്ഷത്രം ഉദിച്ചു മാഞ്ഞുപോകുന്നതുപോലെ" എന്നാണ് ശ്രീഹർഷൻ അടയാളപ്പെടുത്തുന്നത്. കാഞ്ചൻജംഗയുടെ ശിഖരമുഖത്തുള്ളത് ബുദ്ധഭിക്ഷുവിന്റെ മന്ദഹാസമാണോയെന്ന് ശ്രീഹർഷൻ സംശയിക്കുന്നു. എന്തുകൊണ്ട് ഗ്രന്ഥകാരൻ ഇവിടെ കുമാരനാശാനെ ഓർമ്മിച്ചില്ല എന്ന് സന്ദേഹം തോന്നി.

സദാ ചിരിക്കുന്ന, മൂകയും ലാവണ്യവതിയുമായ ഒരു വില്പനക്കാരിമുത്തശ്ശിയെ ഈ പുസ്തകത്തിൽ വിവരിക്കുന്നുണ്ട്. "സ്മരവദനത്തിന്റെ നിറനിലാവെട്ടംകൊണ്ട് തന്റെ മൂകജന്മത്തിന്റെ ഇരുട്ടിനെ അലിയിച്ചുകളയുകയാണോ അവർ?" എന്ന് ശ്രീഹർഷൻ കവിതയിൽ സന്ദേഹിക്കുന്നു. ഇദ്ദേഹത്തിന് തോന്നലുകൾ മുഴുവൻ കവിതയിലാണ്. നിരീക്ഷണങ്ങൾ കാവ്യാത്മകമായി എഴുതുന്നു. എവിടെയും കാവ്യസ്പർശമേൽപ്പിക്കാൻ എഴുത്തുകാരൻ ജാഗ്രത്താവുന്നത് പുസ്തകത്തിന്റെ വായനാസുഖം വർധിപ്പിക്കുന്നു.

'നേരറിവുകളുടെ രുചിക്കൂട്ടുകൾ' ഒരു ഭക്ഷണപർവമാണ്. ഭക്ഷണത്തിന്റെ സ്വാദ്, അത് ആസ്വദിക്കുന്നതിലെ സൗന്ദര്യം, രുചിവൈവിധ്യം, അകേരളീയ ഭക്ഷണവിവരണം തുടങ്ങി ഈ അധ്യായം സരസമാകുമ്പോഴും "ചിലർ കൊടുത്ത കാശ് മുതലാക്കാമെന്നു പറഞ്ഞ് വീണ്ടും വീണ്ടും വിളമ്പിത്തിന്നുകയാണ്" എന്ന നിരീക്ഷണം പുസ്തകത്തിന്റെ ഭാഷാസൗന്ദര്യത്തിൽ കല്ലിച്ചുനിൽക്കുന്നതുപോലെ തോന്നി. 'ഡ്രൈവറെ' കാണാതായ വിഷമം പറയുമ്പോൾ വി.കെ.എൻ ഓർമ്മയിലെത്തുന്നു.

'മലമുകളിലെ പ്രാർഥനാചക്രങ്ങൾ' ഉദ്യാനപർവം തന്നെയാണ്. പ്രകൃതിയിലെ പുഷ്പങ്ങളുടെ അഭൗമഗന്ധസൗന്ദര്യതലങ്ങളിലേക്ക് ഗ്രന്ഥകാരൻ നമ്മെ ആനയിക്കുന്നു. ബുദ്ധനെക്കുറിച്ചുള്ള കഥകൾ - ബ്രാഹ്മാവും ഇന്ദ്രനും ബുദ്ധനെ സന്ദർശിച്ചത് - പുതിയ പശ്ചാത്തലത്തിലാണ് ശ്രീഹർഷൻ എഴുതുന്നത്. ധർമ്മചക്രത്തിന്റെ മൗലികത കൃത്യമായി അദ്ദേഹം ആവിഷ്കരിക്കുന്നു. "സ്ഫടികജലത്തിൽ മുങ്ങാങ്കുഴിയിട്ട് നീന്തുന്ന ബ്രാഹ്മണിഹംസങ്ങൾ" ശ്രീഹർഷൻ കണ്ട അപൂർവമായ കാഴ്ചയായി പുസ്തകത്തിൽ നിറഞ്ഞുനിൽക്കുന്നു.

ആകസ്മികമായി അല്പനാളുകളിലേക്കുള്ള ഒരു കൂട്ടുകുടുംബമായി മാറിയവർ പിന്നീട് ജീവിതത്തിരക്കിലേക്ക് ചിതറിവീണ് മാഞ്ഞുപോകുന്നതായി ഗ്രന്ഥകാരൻ എഴുതുന്നു. യാത്രാച്ചെലവുകൾക്കായി കണക്കുപുസ്തകം തുറന്നുവച്ചിരിക്കുന്ന സഹയാത്രികൻ യാത്ര നൽകിയ

അനുഭൂതിയുടെ കണക്ക് രേഖപ്പെടുത്താനാവാതെ സ്വയം വിസ്മയിക്കുന്ന അവസ്ഥയെക്കുറിച്ച് അവസാന അധ്യായത്തിൽ പറയുന്നുണ്ട്. ആ അനുഭൂതി കണക്കില്ലാതെ പകർത്തിയെഴുതാൻ അയാൾ ഗ്രന്ഥകാരനോട് അപേക്ഷിക്കുകയാണ്. ശ്രീഹർഷൻ കണക്കുകൂട്ടുകയായിരുന്നു. അക്കത്തിലല്ല, അക്ഷരങ്ങളിൽ. കാഞ്ചൻജംഗയുടെ സൗന്ദര്യത്തിന്റെ കണക്കെടുക്കുകയായിരുന്നു. സങ്കലനവ്യവകലനങ്ങളെക്കൊണ്ട് കൃത്യമായ ഉത്തരത്തിൽ എത്തുകയായിരുന്നു. 'കാഞ്ചൻജംഗയുടെ നിഗൂഢകാന്തി' എന്ന കലാശവചനത്തിൽ അതിന്റെ ഉത്തരമുണ്ട്. 'നിഗൂഢകാന്തി മാത്രം' എന്ന് ഉത്തരത്തിനു താഴെ രണ്ട് അടിവരയിട്ട് ഉറപ്പിക്കുന്നു; ശിഷ്ടലേശമില്ലാതെത്തന്നെ.

ഈ പുസ്തകത്തിന്റെ ചാരുത ശ്രീഹർഷന്റെ സ്വയം ആസ്വദിച്ചും ആനന്ദിച്ചുമുള്ള യാത്രാമനസ്സാണ്. അവധൂതസ്വഭാവമുള്ള ഒരു യാത്രികൻ ഇദ്ദേഹത്തിലുണ്ട്. എസ്.കെ. പൊറ്റെക്കാട്ട്, രാജൻ കാക്കനാടൻ, എം.ടി. വാസുദേവൻനായർ, ആഷാമേനോൻ, സക്കറിയ, രവീന്ദ്രൻ, വി. മുസഫർ അഹമ്മദ്, എം.കെ. രാമചന്ദ്രൻ, ശ്രീകാന്ത് കോട്ടക്കൽ തുടങ്ങിയ എഴുത്തുകാരുടെ യാത്രാപുസ്തകങ്ങൾ കാഴ്ചയുടെ വിഭിന്നതയെ ആവിഷ്കരിക്കുന്നതിലെ വൈവിധ്യംകൊണ്ട് വേറിട്ടുനിൽക്കുന്നു. കാവ്യാത്മതകയിൽ എസ്.കെ. യിലേക്കാണ് ശ്രീഹർഷന്റെ മനസ്സോടുന്നത്.

സൂര്യാസ്തമയത്തിനു ശേഷം വിടരുന്ന, വളരെ വലിയ വെളുത്ത പൂവായ ബ്രഹ്മകമലമെന്ന ദേവപുഷ്പത്തെ; മഹാവിഷ്ണുവിന്റെ നാഭിയിൽനിന്നു വിടരുന്ന താമരയെക്കുറിച്ചുള്ള ചെറിയ വിവരണം ഈ പുസ്തകത്തിന്റെ ഉൾത്താൾസമ്പന്നതകളിലൊന്നാകുന്നു. കേദാർനാഥിലെയും ബദരിനാഥിലെയും പൂജാപുഷ്പമായ അത് കരൾരോഗൗഷധം കൂടിയാണ്. ഭാഷയുടെ ബ്രഹ്മകമലം ഏത് എഴുത്തുകാരനും മോഹിക്കുന്നു. ഈ പുസ്തകം വായിച്ചപ്പോൾ ഞാൻ, ശ്രീഹർഷൻ ഒരുക്കിത്തന്ന കാഞ്ചൻജംഗയുടെ വൈവിധ്യസൗന്ദര്യത്തിൽ എന്റെ മിഴി ഉടക്കിനിന്നത് ഭാഷയുടെ ആ ബ്രഹ്മകമലത്തിലാണ്.

യാത്ര നൽകിയ ആനന്ദത്തെ സ്വാർഥവും നിഗൂഢവുമാക്കാതെ അപരാനന്ദത്തിനായി പകർത്തിയെഴുതുമ്പോഴാണ് യാത്രികൻ യഥാർഥ സഞ്ചാരിയാകുന്നത്. ശ്രീഹർഷൻ നിർവഹിച്ച യാത്രായജ്ഞത്തിന്റെ ഫലശ്രുതിയാണ് ഈ പുസ്തകം.

അങ്ങാടിപ്പുറം
09-05-2022

ഉള്ളടക്കം

വടക്കുകിഴക്കൻ ഭാരതത്തിലെ
പർവതനഗരങ്ങൾ...
ഡാർജിലിങ്ങും ഗോങ്ങ്ടോക്കും...
ചെറുസംഘത്തോടൊപ്പമുള്ള സഞ്ചാരം...
രണ്ടായിരത്തി പത്തൊമ്പതിൽ...

ഹിമാലയപ്പെരുമയുടെ ഇന്ദ്രിയാനുഭവങ്ങൾ...
പ്രകൃതിയുടെ വിസ്മയാവഹമായ ലേ-ഔട്ട്...
സംസ്കാരത്തിന്റെ വൃത്താലങ്കാരങ്ങൾ...
ജീവിതത്തിന്റെ കലയും കലയുടെ ജീവിതവും...

ചരിത്രത്തിലെ വ്യത്യസ്തമായ
ദശാസന്ധികളിലൂടെ വികാസംപൂണ്ട
സാമൂഹ്യക്രമങ്ങൾ...
നേപ്പാളിസംസ്കൃതിയും
തിബത്തൻസംസ്കൃതിയും
കൊളോണിയൻ അധിനിവേശവും
ഇന്ത്യൻജീവിതച്ചേരുവകളുമായി
കൂട്ടുചേർന്നു വളർന്നുണ്ടായ
നഗരഗരിമകൾ...
പാരമ്പര്യവും പരിഷ്കാരവും
ചേർന്ന രുചിക്കൂട്ട്...

സ്വപ്നസദൃശമായ കാഴ്ചകളുടെ വശ്യത...
സഞ്ചാരത്തിന്റെ കാല്പനികത...

•

1

ഇടിമുഴക്കത്തിന്റെ നാട്

മഹാകാൽക്ഷേത്രം - ഡാർജിലിങ്

ഡാർജിലിങ്ങിലെ മാൾറോഡ്- ഭാനുഭക്ത ആചാര്യയുടെ പ്രതിമ

മാൾറോഡ്, ഡാർജിലിങ് - സഞ്ചാരവീഥി

മാൾറോഡിൽനിന്ന് കാഞ്ചൻജംഗക്കാഴ്ച

അങ്ങിനെ സംസാരിച്ച് നടന്നുകയറവേ ക്ഷേത്രവളപ്പിൽ ഒരു ചെറിയ ആൾക്കൂട്ടം. മഹാകാൽ ക്ഷേത്രം. ഡാർജിലിങ്ങിലെ പ്രസിദ്ധമായ മാൾ റോഡിൽനിന്ന് ഉയരത്തിൽ.

മഹാകാൽ ക്ഷേത്രം. ആയിരത്തി എഴുന്നൂറ്റ് അറുപത്തഞ്ചിൽ 'ലാമ ഡോർജി റിൻസിങ്' പണിത 'ഡോർജെലിങ്' എന്ന ബുദ്ധവിഹാരം സ്ഥിതി ചെയ്ത ഇടം. അതിനും മുമ്പ് ആദിവാസികളായ 'ലെപ്ചാ' ജനതയുടെ ആരാധനാസ്ഥലം. 'ലെപ്ച'കളും 'ഭൂട്ടിയ'കളും ഒരുമിച്ച് ഇവിടെ ആരാധന നടത്തുകയുണ്ടായി. ആയിരത്തി എഴുന്നൂറ്റി എൺപ ത്തെട്ടിൽ ഗൂർഖാ സൈന്യത്തിന്റെ ആക്രമണത്തിലാണ് മഠം നശിപ്പി ക്കപ്പെട്ടത്.

കാലക്രമേണ ഈ പുണ്യസ്ഥലം നേപ്പാളി ഹിന്ദുസമൂഹത്തിന്റെ കൈയിലായി. ബ്രഹ്മാവ്, വിഷ്ണു, ശിവൻ എന്നീ ത്രിമൂർത്തികളുടെ ജ്യോതിർലിംഗങ്ങൾ അവിടെ പ്രത്യക്ഷപ്പെട്ടു എന്നാണ് ഐതിഹ്യം. അങ്ങനെയുണ്ടായ ശിവക്ഷേത്രമാണ് മഹാകാൽ.

'ഡോർജെ', 'ലിങ്'. തിബത്തൻപദങ്ങളാണ്. ഡോർജെ എന്നാൽ ഇടിമുഴക്കം. ലിങ് എന്നാൽ സ്ഥലം. ലാമായിസത്തിലെ 'ആത്മീയ ഇടിമു ഴക്കമാണ്' ഡോർജെ. ഡോർജെയുടെ സ്ഥാനം - 'ഡോർജെലിങ്'. സായിപ്പന്മാർക്കത് 'ഡാർജിലിങ്' ആയി.

പദശാസ്ത്രപരമായ സൂചനയിൽ ഡാർജിലിങ് എന്നത് 'താജെങ് ലംഗ്' ആണ്. 'യക്തുങ് ലിംബു' പദാവലി അനുസരിച്ച് 'പരസ്പരം സംസാരിക്കുന്ന കല്ലുകൾ' എന്നത്രേ അർഥം.

മനോഹരമായ പർവതനഗരം. 'ഗിരിസങ്കേതങ്ങളുടെ റാണി' (Queen of Hill Resorts). ഹിമാലയത്തിലെ ശിവാലിക് മലനിരകളിൽ. സമുദ്ര നിരപ്പിൽനിന്ന് രണ്ടായിരത്തി നൂറ്റിമുപ്പത്തിനാല് മീറ്റർ (ആറായിരത്തി തൊള്ളായിരത്തി എൺപ്പത്തിരണ്ട് അടി) ഉയരം. പശ്ചിമബംഗാളിന്റെ വടക്കൻജില്ല.

ഹിമാലയനിരകളിലെ 'ഘും' (Ghum) എന്ന സ്ഥലത്തിന്റെ തെക്കു

ഡാർജിലിങ്ങിലെ പ്രധാന പർച്ചേഴ്സിങ് മേഖലയാണ് മാൾറോഡ്. ചൗരസ്ത മാൾ റോഡ്. 'ചൗരസ്ത'- നാലുറോഡുകൾ സന്ധിക്കുന്ന കവല. ഡാർജിലിങ് നഗരത്തിന്റെ ഹൃദയഭാഗം. പിറകിൽ ഒരു ഓപ്പൺ സ്റ്റേജ്. അതിനു പിന്നിൽ കാണികൾക്ക് നിരന്നിരിക്കാനുള്ള പടവുകൾ. പടവുകൾക്കു മീതെ വലതുഭാഗത്തായി വലിയൊരു സ്ക്രീനും. വിശാലമായ ചത്വരത്തിൽ അവിടവിടെയായി ഇരിപ്പിടങ്ങൾ. നഗരത്തിന്റെ ധമനികളായ നെഹ്റുറോഡും ഡോ. സാക്കിർ ഹുസൈൻറോഡും ചൗരസ്തയിൽ സംഗമിക്കുന്നു.

ചത്വരമധ്യത്തിൽ നേപ്പാളികവി ഭാനുഭക്ത ആചാര്യയുടെ പൂർണ കായപ്രതിമ. സ്വർണനിറത്തിൽ. സന്ദർശകരെ അഭിവീക്ഷണം ചെയ്തുകൊണ്ട് തലയുയർത്തി നിൽക്കുന്നു. വാല്മീകിരാമായണം നേപ്പാളിഭാഷയിൽ മൊഴിമാറ്റം ചെയ്ത കവി. നേപ്പാളിന്റെ ആദികവി. സംസ്കൃത പണ്ഡിതരുടെ പിടിയിൽനിന്ന് കുതറിമാറി നേപ്പാളിസാഹിത്യത്തിന് തനത്വ്യക്തിത്വം ഉണ്ടാക്കിക്കൊടുത്ത എഴുത്തുകാരൻ.

നേപ്പാളിലെ തനാഹുവിൽ ആയിരത്തി എണ്ണൂറ്റി പതിനാലിൽ ഒരു ബ്രാഹ്മണകുടുംബത്തിൽ ഭാനുഭക്ത ജനിച്ചു. മുത്തച്ഛനിൽനിന്നാണ് സംസ്കൃതം പഠിച്ചത്. പാശ്ചാത്യവിദ്യാഭ്യാസമോ വിദേശസാഹിത്യപരിചയമോ ഉണ്ടായിരുന്നില്ല. മുപ്പതാം വയസ്സിൽ രാമായണവിവർത്തനമാരംഭിച്ചു.

"തന്റെ ജീവിതംകൊണ്ട് സമൂഹത്തിനെന്തെങ്കിലും നൽകാൻ കഴിയണമല്ലോ"-ഒരു പുല്ലുവെട്ടുകാരന്റെ വാക്കുകൾ. അതായിരുന്നു ഭാനുഭക്തയെ പ്രചോദിപ്പിച്ചത്. ആയിരത്തി എണ്ണൂറ്റി അമ്പത്തിനാലിൽ രചന മുഴുമിപ്പിച്ചു. ആയിരത്തി എണ്ണൂറ്റി എഴുപത്തേഴിലാണ് സമ്പൂർണകൃതി പ്രസിദ്ധീകരിക്കപ്പെട്ടത്. മരണശേഷം പതിനെട്ട് വർഷം കഴിഞ്ഞ്.

ഭാനുഭക്തരാമായണം. ലളിതവും സരളവുമായ കാവ്യരസം. ഭക്തിയും അനുഭൂതിയും നിറഞ്ഞ രചനാവിശേഷം. ഭാവവും അർഥവും ചേർന്ന കവിത.

ഒരിക്കൽ ഭാനുഭക്ത ജയിലിലടക്കപ്പെടുകയുണ്ടായി. ചില തല്പരകക്ഷികളുടെ ബലിയാട്. ഒരു പ്രമാണം ഒപ്പിടുന്ന കാര്യത്തിലുണ്ടായ എന്തോ തെറ്റിധാരണയത്രേ കാരണം. തടവറയിൽ ആരോഗ്യം മോശമായെങ്കിലും തന്റെ കേസ് കേൾക്കാൻ പോലും അധികാരികൾ തയാറായില്ല. ആരാധ്യരായ എഴുത്തുകാർക്ക് ഭരണസംവിധാനത്തിൽനിന്ന്

ലഭിക്കുന്ന പീഡനങ്ങളുടെ ആദിരൂപങ്ങളിലൊന്ന്.

തുറുങ്കിൽക്കിടന്ന് ഭരണാധിപന് അദ്ദേഹം ഒരു നിവേദനമയച്ചു. ശ്ലോകങ്ങളിൽ. ഇന്നത് നേപ്പാളിയിലെ വിലപ്പെട്ട കാവ്യമാണ്. രാമായണത്തിനു പുറമെ ഭാനുഭക്തയുടെ ഒരേയൊരു കൃതി. ആത്മവേദനയുടെ അക്ഷരരൂപം.

ഭാനുഭക്തജയന്തി നേപ്പാളിൽ വലിയ ആഘോഷമാണ്. അവിടത്തെ സാഹിത്യോത്സവം. ലോകത്തിൽ എവിടെയൊക്കെ നേപ്പാളിസമൂഹമുണ്ടോ അവിടെയെല്ലാം ഭാനുഭക്ത ഏറെ ആദരിക്കപ്പെടുന്നു. പ്രത്യേകിച്ച് ഡാർജിലിങ്ങിൽ.

നേപ്പാളിന്റെ വാല്മീകിയുടെ സുവർണവദനത്തിൽ തെരുവുവെളിച്ചത്തിന്റെ തിളക്കം. ആ ചുണ്ടുകളിൽ നിറപുഞ്ചിരി. പിറകിലെ ഓക്കുമരത്തിന്റെ ഇലച്ചാർത്തിലൂടെ വീശിക്കടന്നുപോകുന്ന ഇളംകാറ്റിന്റെ മർമ്മരത്തിൻ നിറയുന്നത് ഭാനുഭക്തരാമായണ നാദവീചികളോ...

"ഏക്ദിൻ നാരദ് സത്യലോക് പുഗി ഗയാ
ലോക് കോ ഗരൂ ഹിത് ഭനീ
ബ്രഹ്മാ താഹി ഥിയാ പര്യാ ചരണമാ
ഖുസീ ഗരായാ പനീ
ക്യാ സൗഛോ തിമീ സോധ ഭൻഛു മ
ഭനീ മർജീ ഭയേത്യോ ജസൈ
ബ്രഹ്മാ കോ കരുണാ ബുജേർ ഋഷിലേ
ബിന്തീ ഗരായോ തസൈ..."

ബ്രഹ്മനാരദസമാഗമത്തിന്റെ ധന്യതയിൽനിന്നുറവപൊട്ടിയ രാമായണാമൃതധാരയുടെ കാവ്യസമാരംഭം. ഓക്കുമരത്തിന്റെ ദലമർമ്മരങ്ങൾ പെട്ടെന്ന് മനസ്സിൽ തെങ്ങോലപ്പടർപ്പിലെ കുളിർകാറ്റിന്റെ ശ്രുതിയായി മാറി. സ്മൃതികളിൽ അധ്യാത്മരാമായണം കിളിപ്പാട്ടിന്റെ ഈരടികൾ തോറ്റിയുണർന്നു.

"ശ്രീരാമായണം പുരാ വിരിഞ്ചവിരചിതം
നൂറുകോടി ഗ്രന്ഥമുണ്ടില്ലതു ഭൂമിതന്നിൽ....."

ഭാരതത്തിനകത്തും പുറത്തും പൊട്ടിമുളച്ച നൂറുകണക്കിന് രാമായണങ്ങൾ. ആദികാവ്യത്തിന്റെ എണ്ണമറ്റ സന്തതിപരമ്പരകൾ. ഏതേതു ഭാഷയുടെയും ശക്തിചൈതന്യയായി വാമൊഴിയിലും വരമൊഴിയിലും പിറവികൊണ്ട കാവ്യപ്രവാഹിനികൾ. ദേശാതിർത്തികൾക്കപ്പുറത്ത്,

ജീവിതശൈലികൾപ്പുറത്ത്, വിശ്വാസപരമ്പരകൾപ്പുറത്ത്, ഭാഷാഭേദങ്ങൾക്കപ്പുറത്ത്, സാമൂഹ്യരീതികൾക്കപ്പുറത്ത്. സംസ്കാരത്തെ കൂട്ടിയിണക്കുന്ന രാസത്വരകം.

ഭാനുഭക്തയുടെ മുഖപ്രസാദത്താൽ വിശുദ്ധമായ ചത്വരവീഥി. തട്ടുതട്ടായി ചുറ്റിയും തിരിഞ്ഞും അനവധി തെരുവുകൾ. ഒന്നിൽനിന്നിറങ്ങി മറ്റൊന്നിൽ കയറാം. അവിടെനിന്ന് തിരിഞ്ഞ് അപ്പുറമെത്താം. താഴോട്ട് പിരിഞ്ഞിറങ്ങുന്നവ. മേലോട്ട് ചുറ്റിക്കയറുന്നവ. നടുവിൽ പഴയൊരു ക്ലോക്ക്ടവർ. അവിടവിടെ ടൈൽസ് പതിച്ച വീതി കുറഞ്ഞ മനോഹരമായ റോഡുകൾ. നിരനിരയായി കടന്നുപോവുന്ന ചെറുവാഹനങ്ങൾ. റോഡരുകിൽ അവിടവിടെയായി തലയുയർത്തി നിൽക്കുന്ന പൈൻമരങ്ങൾ. ഇരുവശവും ഒറ്റനിലയോ ഇരട്ടനിലയോ ഉള്ള കെട്ടിടങ്ങൾ. ചിലപ്പോൾ മൂന്നുനില. അപൂർവമായി നാലുനില. ബഹുനിലമന്ദിരങ്ങൾ ഈ ഭൂപ്രകൃതിക്ക് താങ്ങാനാവില്ല.

വിലപേശലുകാരുടെ ഭാഗ്യവീഥി. രാവിലെ ഒമ്പതു മണി മുതൽ രാത്രി എട്ടുമണിവരെ തുറന്നുവച്ച ഒരു തേനീച്ചക്കൂട്. നാട്ടുകാരും സഞ്ചാരികളും വന്നുപൊതിയും. ചെറിയ സ്റ്റോറുകൾ മുതൽ എംപോറിയങ്ങൾ വരെ. തെരുവ്കടകൾ മുതൽ ബ്രാന്റഡ് ഔട്ട്ലെറ്റുകൾ വരെ. ടീസ്റ്റാളുകൾ മുതൽ വലിയ റെസ്റ്റോറന്റുകൾ വരെ. പുസ്തകശാലകൾ. ആർട്ട് ഗാലറികൾ. തുണിക്കടകളാണധികവും.

സവിശേഷമായ കമ്പിളിയിനങ്ങൾ, ജാക്കറ്റുകൾ, ഷാളുകൾ, സ്വെറ്ററുകൾ എന്നീ തണുപ്പുവസ്ത്രങ്ങൾ. പ്രാദേശികമായ പരമ്പരാഗത വസ്ത്രങ്ങൾ. ആഭരണങ്ങളും കരകൗശലവസ്തുക്കളും. പണിയുപകരണങ്ങളും വീട്ടുപകരണങ്ങളും. ടിബറ്റൻ മാസ്കുകൾ. സൗന്ദര്യവസ്തുക്കൾ. പരവതാനികൾ. സ്റ്റേഷനറികൾ. ക്രോക്കറി ഉത്പന്നങ്ങൾ. അങ്ങനെയങ്ങനെ... എല്ലാം കിട്ടും. വില കുറച്ച്.

നാട്ടുകാർ കുടുംബസമേതം ചുറ്റിക്കറങ്ങുന്നുണ്ട്. ചിലർ വ്യായാമം ചെയ്യുന്നു. കുതിരസവാരിക്കാർ. അലഞ്ഞു നടക്കുന്ന ടൂറിസ്റ്റുകൾ. ലൂപ്പ് ഓടിക്കുന്ന ജോഗർമാർ. മാളിൽനിന്നാരംഭിക്കുന്ന ലൂപ്പ് ഒബ്സർവേറ്ററി ഹില്ലിനെച്ചുറ്റി മാളിലേക്കുതന്നെ മടങ്ങുന്നു.

അഞ്ചുമണിയോടെ ഡാർജിലിങ്ങിൽ ഇരുട്ടു പരക്കും. വൈദ്യുതപ്രഭയിൽ ഉത്സവപ്പറമ്പിന്റെ പ്രതീതിയാണ് പിന്നീടവിടം. നല്ല തിരക്കും ഭംഗിയും. സന്ധ്യയിൽ മാൾറോഡിലൂടെ ചുറ്റിക്കറങ്ങുക സന്ദർശകർക്ക് സുഖ

ദമായ അനുഭവമാണ്. അതുമിതുമൊക്കെ വാങ്ങാം. രുചിയേറിയതെന്തെങ്കിലും വാങ്ങിക്കഴിക്കാം. സൊറപറഞ്ഞ് നടക്കാം. അവിടവിടെയായി ഓരംപറ്റി സ്ഥാപിച്ചിട്ടുള്ള ചാരുബഞ്ചുകളിലിരുന്ന് ഒഴുകുന്ന തെരുവ് വീക്ഷിക്കാം. അപ്പുറത്ത് പ്രസിദ്ധമായ ഡാർജിലിങ് ഹിമാലയൻ റെയിൽപ്പാത. ദൂരക്കാഴ്ചയിൽ നിലാവിൽത്തെളിയുന്ന കാഞ്ചൻ ജംഗ കൊടുമുടി. ഒരു സ്വപ്നസഞ്ചാരത്തിന്റെ അനുഭൂതി.

മാൾറോഡിൽനിന്ന് മഹാകാൽ ക്ഷേത്രത്തിലേക്ക് പ്രവേശിക്കാനുള്ള പടികൾ കയറിയെത്തിയത് ചുറ്റിക്കയറിപ്പോകുന്ന ഇടുങ്ങിനീണ്ട നടവഴിയിൽ. ഏന്തിവലിഞ്ഞ് നടന്നു കയറുകയായിരുന്നു ഞങ്ങൾ. കൂടെയുള്ളത് യാത്രക്കിടയിൽ പരിചയപ്പെട്ട സുഹൃത്ത്.

കോഴിക്കോട്ടുനിന്ന് വണ്ടിയിൽ എനിക്കൊപ്പം കയറിയത് സുമുഖനായൊരു ചെറുപ്പക്കാരൻ. ഉത്തരേന്ത്യൻമുഖം. എക്സിക്യൂട്ടീവ്പരിവേഷം. ഹിന്ദിയും ഇംഗ്ലീഷും നന്നായി സംസാരിക്കുന്നു. എനിക്കഭിമുഖമായ ബർത്തിലാണയാൾ. കൊൽക്കത്തയ്ക്ക് പോകുന്ന മലയാളികളായ കന്യാസ്ത്രീകളാണ് മറ്റു ബർത്തുകളിൽ. എല്ലാരും പരസ്പരം പേരു പറഞ്ഞ് പരിചയപ്പെട്ടു. കൂടെക്കയറിയ ചെറുപ്പക്കാരൻ സഹയാത്രികരോട് വിരളമായി മാത്രമേ സംസാരിക്കുന്നുള്ളൂ. എന്തെങ്കിലും ചോദിച്ചാൽ ഗൗരവത്തിൽ ഒന്നോ രണ്ടോ വാക്കിൽ മറുപടി. നല്ല ഇംഗ്ലീഷിൽ. പതിഞ്ഞ ശബ്ദത്തിൽ. ജാഡയോ! സ്വതപ്രകൃതിയോ!

വണ്ടി പാലക്കാട് സ്റ്റേഷനിലെത്തി. രാത്രിഭക്ഷണം കഴിച്ച് എല്ലാരും കിടക്കാനുള്ള ഒരുക്കത്തിലാണ്. സഹയാത്രികൻ വിരിവച്ച് ബാത്ത് റൂമിലേക്ക് പോയി. ഞാൻ ശയ്യാവലംബിയായി. രണ്ടു മിനിട്ട് കഴിഞ്ഞു കാണണം. ഒരാൾ പെട്ടിഭാണ്ഡങ്ങളുമായി വന്നു. ആജാനബാഹുവായ അരോഗദൃഢഗാത്രൻ. എതിർവശത്തെ ബർത്തിൽനിന്ന് ആയാൾ ബാഗുസാമാനങ്ങൾ വലിച്ച് താഴെയിട്ട് തന്റെ വിരിയെടുത്ത് വിരിക്കുന്നു.

ഇത് കണ്ടുകൊണ്ടാണ് ബാത്ത്റൂമിൽപ്പോയയാൾ തിരിച്ചുവന്നത്. രണ്ടുപേരും തമ്മിൽ വഴക്കായി. ഹിന്ദിയിലും ഇംഗ്ലീഷിലും പൊരിഞ്ഞ വാഗ്യുദ്ധം. പുതിതായി വന്നയാൾ മേഴത്തൂരുകാരനായ ഒരു പട്ടാളക്കാരൻ. രണ്ടുപേരും ടിക്കറ്റെടുത്ത് കാണിച്ച് ബർത്തിന് അവകാശവാദം ഉന്നയിക്കുന്നു. കേട്ടുനിന്ന ഞാൻ ഇടപെട്ട് പട്ടാളക്കാരനോട് പറഞ്ഞു:

"സുഹൃത്തേ, ഞങ്ങൾ കോഴിക്കോട്ടുനിന്ന് കയറിയതാണ്. ടിക്കറ്റ്

പരിശോധകൻ വന്ന് ഞങ്ങളുടെ ടിക്കറ്റ് ശരിവച്ചതുമാണ്. താങ്കൾക്ക് തെറ്റിയതാവും."

പട്ടാളക്കാരൻ എന്നെ തറപ്പിച്ചൊന്ന് നോക്കി. എന്നിട്ട് അയാളുടെ ടിക്കറ്റ് എന്നെക്കാണിച്ചു. ആർ.എ.സി. ആയിരുന്നു. ഷൊർണൂർനിന്നാണ് കയറിയത്. പാലക്കാട്ടെത്തിയപ്പോൾ ടി.ടി.ഇ അയാൾക്ക് ഇതേ ബർത്ത് അനുവദിച്ച് എഴുതിക്കൊടുത്തിരിക്കുന്നു. അയാളുടെ ഭാഗം ശരിയാണ്. ഞാൻ പറഞ്ഞു:

"ഒരു പക്ഷെ നിങ്ങൾക്കെഴുതിത്തന്നപ്പോൾ തെറ്റിയതാവാം. ഏതായാലും നിങ്ങൾ രണ്ടുപേരും വഴക്കിടാതെ ടി.ടി.ഇ യെ ചെന്നുകണ്ട് ആശയക്കുഴപ്പം തീർക്കൂ."

"ഇങ്ങളങ്ങനെ പറഞ്ഞ് മനസ്സിലാക്കിക്കൊട്ക്കീം മാഷെ. എന്തേര്ത്താണ് ഇയ്യാള് വേണ്ടാണ്ട് ഒച്ചേണ്ടാക്ക്ന്നേ്. വെറ്തെ ഊയ്യാരം പാറ്റ്ാ. പറഞ്ഞാ തിര്യേണ്ടെ. ന്തേയ്."

ഞാൻ തിരിഞ്ഞും മറിഞ്ഞും നോക്കി. മറ്റാരുമല്ല, പറയുന്നത് അയാൾതന്നെ! എന്റെ സഹയാത്രികൻ!! ഒരു നിമിഷം എന്റെ വായ തുറന്നുപിടിച്ചതുപോലെയായി. അന്തംവിട്ട് കുന്തം വിഴുങ്ങിയ മാതിരി! അതുവരെ ഹിന്ദിയോ ഇംഗ്ലീഷോ അല്ലാതെ ഒരക്ഷരം ഉരിയാടിയിട്ടില്ലാത്തയാൾ! ഈശ്വരാ, ഇതാ തനി കോഴിക്കോടൻഭാഷ പറയുന്നു!!

രണ്ടുപേരും ടി.ടി.ഇ യെ കണ്ട് പ്രശ്നം പരിഹരിച്ചു. പട്ടാളക്കാരൻ വിഷണ്ണനായി തിരിച്ചുവന്ന് തന്റെ മാറാപ്പുകളുമായി അടുത്ത കമ്പാർട്ട്മെന്റിലേക്ക് വച്ചുപിടിച്ചു. എഴുതിയപ്പോൾ ടിക്കറ്റ് പരിശോധകന് തെറ്റിയതാണ്.

എന്റെ അന്ധാളിപ്പ് മാറിയിട്ടില്ല. ഞാൻ വാപൊളിച്ച അതേ നിൽപ്പിൽത്തന്നെ! പഠിച്ചത് പുതിയൊരു ജീവിതസത്യം: 'സ്വന്തം കാര്യം തീവ്രമായി കടന്നുവരുമ്പോഴാണ് ഒരാളുടെ സ്വതസിദ്ധമായ തനതു ഭാഷ പുറത്തുവരിക.'

സഹയാത്രികൻ എന്റെ കൈപിടിച്ച് നന്ദി പറഞ്ഞു. മാർവാഡിയാണ്. കോഴിക്കോട്ടാണ് ജനിച്ചതും വളർന്നതും. എട്ട് ദശാബ്ദമായി കോഴിക്കോട്ട് സ്ഥിരതാമസമായ വ്യാപാരികുടുംബം. ഗുജറാത്തികോളനിയിലാണ് വീട്. ദേവഗിരി കോളേജിലാണ് പഠിച്ചത്. അച്ഛന് വലിയങ്ങാടിയിൽ പലവിധ കച്ചവടങ്ങൾ. ഇദ്ദേഹം ഒരു വലിയ വ്യാപാരസ്ഥാപനത്തിലെ ബിസ്നസ് എക്സിക്യൂട്ടീവാണ്. സ്വന്തമായി അല്ലറചില്ലറ ചെറു

കിട ബിസ്നസുകൾ വേറെയുമുണ്ട്. ഞങ്ങളുടെ ടൂർപാക്കേജിൽത്തന്നെ ഡാർജിലിങ്ങിലേക്കാണ് യാത്ര. അതുവരെ ബലംപിടിച്ച് പെരുമാറിക്കൊണ്ടിരുന്ന അയാൾ യാത്രയിലെന്റെ കൂട്ടായി. തനി കോഴിക്കോടൻഭാഷയിൽ മിണ്ടിയും പറഞ്ഞും ഞങ്ങൾ സുഹൃത്തുക്കളായി. അങ്ങോളമിങ്ങോളം.

കിതപ്പിന്റെ താളത്തിലുള്ള നടത്തം. മറികടന്ന് കയറിപ്പോകുന്ന വേഗയാത്രികർ. തളർന്ന് പിറകിലായിപ്പോകുന്ന അവശപഥികർ. സുഹൃത്തിന്റെ ക്യാമറക്കണ്ണുകളിൽ ഇരുട്ടിലും വെളിച്ചത്തിലും മാറിമാറിത്തിളങ്ങുന്ന വഴിയോരക്കാഴ്ചകൾ. വലതുവശത്തെ മലഞ്ചെരിവിൽ ആകാശത്തിന്റെ തൂണുപോലെ ഉയർന്നുനിൽക്കുന്ന പൈൻമരങ്ങൾ. ഇടതുവശത്തെ ഇറക്കച്ചെരിവിനെ കമ്പളം മൂടിയ മരത്തലപ്പുകൾ.

മരച്ചാർത്തിനിടയിലൂടെ ഒളിമിന്നുന്ന കാഞ്ചൻജംഗശിഖരങ്ങൾ.

•

2

യാത്രയ്ക്കിടയിലൊരു ജാത്ര

ജാത്രാനാടകം

ജാത്രാനാടകവേദി

മഹാകാൽ ക്ഷേത്രവളപ്പിലെ വിളക്കുമാടങ്ങൾ വീഴ്ത്തുന്ന മരനിഴലുകൾ ചുവുട്ടിയാണ് ഉള്ളിലേക്ക് കയറിച്ചെന്നത്. കവാടത്തിലെ സിംഹപ്രതിമകൾ നിറവെളിച്ചത്തിൽ മന്ദഹസിക്കുന്നു. ഞാന്നുതൂങ്ങിക്കിടക്കുന്ന വലിയ മണികൾ. കൈവിരലുകൾ മണിനാക്കിൽ തൊട്ടനക്കി. കാറ്റിന്റെ ശീൽക്കാരത്തോടൊപ്പം അലച്ചുപൊങ്ങുന്ന ശിവമണി നാദം. ബുദ്ധസൂക്തങ്ങളെഴുതിനിറച്ച ബഹുവർണതുണിത്തോരണങ്ങൾ വൈദ്യുതപ്രഭയിൽ തിളങ്ങിയാടുന്നു.

സമുച്ചയത്തിനുള്ളിൽ ഒരു ടിബറ്റൻ ദേവാലയമുണ്ട്. വെളുത്ത 'ചോർട്ടൻ'. മറ്റൊരു ഭാഗത്ത് ബുദ്ധവിഹാരത്തിന്റെ സ്ഥാപകനായ ഡോർജി റിൻസിങ് ലാമയുടെ സ്മാരകം. കാളിദേവി, ദുർഗാദേവി, സത്കന്യഭഗവതി, ഗണേശൻ, കൃഷ്ണ, രാമ, ഹനുമാൻ, പാർവതി, രാധ, എന്നീ ദേവീദേവന്മാരുടെയും ഷിർദി സായിബാബയുടെയും ചെറുമന്ദിരങ്ങൾ. അതിനപ്പുറത്ത് പൈൻമരങ്ങളുടെ അരികെയുള്ള ഒഴിഞ്ഞയിടത്താണ് ആൾക്കൂട്ടം.

ഞങ്ങൾ അങ്ങോട്ടു നടന്നു. ഗ്രാമീണരും നഗരവാസികളും സന്ദർശകരും തിങ്ങിനിറഞ്ഞിരിക്കുന്നു. ചിലർ ഇരിക്കുന്നു. നിലത്തും മരത്തറയിലും. ചിലർ അവിടവിടെ നിൽക്കുന്നു. ഞങ്ങളും സൗകര്യപ്രദമായ ഒരിടം പറ്റി. നടുവിൽ ഒഴിഞ്ഞ വിശാലമായ തറയിൽ ചതുരാകൃതിയിൽ ചുററുവരയിട്ടിരിക്കുന്നു. അവിടെനിന്ന് പിറകിലുള്ള മറച്ചു കെട്ടിലേക്ക് നീണ്ട നടപ്പാതയും അടയാളപ്പെടുത്തിയിട്ടുണ്ട്. ഒരു ദൃശ്യാവിഷ്കാരം തുടങ്ങയാണവിടെ. അടുത്തിരിക്കുന്നന്നവരോടു തിരക്കി. 'ജാത്രാ' നാടകം.

'ജാത്രാ' നാടകം. ധാരാളം വായിച്ചിട്ടുണ്ട്. കേട്ടിട്ടുണ്ട്. ഭാരതത്തിലെ പാരമ്പര്യ തിയേറ്റർരൂപങ്ങളെക്കുറിച്ച് നാടകാചാര്യൻ ജി. ശങ്കരപ്പിള്ളയുടെ ഒരു പ്രഭാഷണത്തിൽ ജാത്രയെ സവിശേഷമായി വിസ്തരിച്ചതോർക്കുന്നു. സംസ്കാർഭാരതിയുടെ 'ഭാരതീയ ലോക് രംഗമഞ്ച് സെമിനാർ' സ്മരണികയിലും വിശദമായി പരാമർശിച്ചിട്ടുണ്ട്. മനോജ്ദാസിന്റെ ഹെറിറ്റേജ് മാസികയിലും. നേരിൽക്കണ്ടാസ്വദിക്കാനുള്ള അവസരം

ഇതാ അവിചാരിതമായി വന്നുചേർന്നിരിക്കുന്നു. യാത്രകൾ ചിലപ്പോൾ യാദൃച്ഛികമായ ചില കൈവല്യങ്ങൾ നൽകിയേക്കും.

പൂർവോത്തരഭാരതത്തിലെ പാരമ്പര്യനാടകം. 'ജാത്ര'. ഭാരതത്തിൽ വിവിധഭാഗങ്ങളിലായുള്ള നിരവധി നാടോടിനാടകരൂപങ്ങളിലൊന്ന്. തമിഴ്നാട്ടിലെ 'തെരുക്കൂത്ത്'. ആന്ധ്രയിലെ 'ബുറാകഥ'. മഹാരാഷ്ട്രയിലെ 'തമാശ'. ഗുജറാത്തിലെ 'ബൊവായ്'. കർണാടകയിലെ 'ബയലാട്ട'. മധ്യപ്രദേശിലെ 'മാച്ച്'. ഉത്തർപ്രദേശിലെ 'രാസലീല'. പഞ്ചാബിലെ 'നാകൽ'. രാജസ്ഥാനിലെ 'സ്വാംഗ്'. നമ്മുടെ 'കാക്കാരശ്ശിനാടകം'....

'ജാത്ര'യെന്ന നടനകല ഒറീസ, ബംഗാൾ, അസാം, മണിപ്പൂർ എന്നിവിടങ്ങളിൽ ഒരുപോലെ പ്രചാരത്തിലുണ്ട്. ശൈലികൾ വ്യത്യസ്തമാണെങ്കിലും. ഓരോ പ്രദേശത്തും അവിടെ പരമ്പരാഗതമായി നിലനിന്നിരുന്ന നാട്യകലകളുടെ സ്വാധീനമുൾക്കൊണ്ട് അത് വികാസം പ്രാപിച്ചു.

പതിനാറാം നൂറ്റാണ്ടു മുതൽ വൈഷ്ണവമഠങ്ങളിൽ പ്രദർശിപ്പിച്ചു വരുന്ന 'ബാദാണാ' നാടകങ്ങളിൽനിന്ന് ആവിഷ്കൃതമായ ശൈലിയാണ് അസാമിലെ ജാത്രയ്ക്ക്. ഒറീസയിലെ 'മുഗൾതമാശ'. മണിപ്പൂരിലെ 'സുമാംഗലീല'. ജാത്രയുടെ വകഭേദങ്ങൾ.

'ജാത്ര' എന്ന തിയേറ്റർ രൂപം നിലവിൽ വന്നത് ഏതു കാലഘട്ടത്തിലാണെന്നറിയില്ല. ശ്രീരാമകൃഷ്ണ പരമഹംസരുടെ ശിഷ്യനായ ശ്രീമദ് ശാരദാനന്ദ സ്വാമികൾ എഴുതിയ 'ശ്രീരാമകൃഷ്ണലീലാമൃതം' എന്ന കൃതിയിൽ ഗുരുവിന്റെ ജന്മദേശമായ കാമാർപുകൂറിലും ദക്ഷിണേശ്വരക്ഷേത്രത്തിലും നടത്തിവന്നിരുന്ന 'യാത്രാ'ക്കളിയെക്കുറിച്ച് പ്രതിപാദിക്കുന്നുണ്ട്. സവിസ്തരം. ശ്രീരാമകൃഷ്ണദേവന്റെ ആദ്ധ്യാത്മികജീവിതത്തിലത് വലിയ സ്വാധീനം ചെലുത്തിയിരുന്നത്രേ.

'ജാത്ര' എന്നാൽ യാത്ര. സഞ്ചാരം. ആരംഭകാലത്ത് മതപരമായ ഘോഷയാത്രയോടനുബന്ധിച്ചുള്ള ദൃശ്യാവിഷ്കാരമായതുകൊണ്ടാവാം ഈ പേരുവന്നത്.

ഘോഷയാത്രകളിൽ ഒരു പ്രത്യേക സ്ഥലത്ത് നിന്ന് മറ്റൊന്നിലേക്ക് മാറി പ്രഗത്ഭരായ കലാകാരന്മാരുടെ സംഘം കീർത്തനങ്ങൾ ആലപിച്ച് നൃത്തം ചെയ്ത് കൂടെ സഞ്ചരിക്കുമായിരുന്നു. ഘോഷയാത്രയ്ക്കനുയോജ്യമായ പുരാണകഥാരംഗങ്ങൾ.

പുരിയിൽ നടക്കുന്ന അത്തരത്തിലുള്ള ഘോഷയാത്രയ്ക്ക് പേര് 'സാഹിജാത്രാ' എന്നാണ്. ഒറിയ ഭാഷയിൽ 'സാഹി' എന്നാൽ നഗര കോളണി. വർഷംതോറും ചൈത്രമാസത്തിൽ രാമനവമി മുതൽ ഒരാഴ്ച നീണ്ടുനിൽക്കുന്ന ആഘോഷം. ഘോഷയാത്രാരൂപത്തിലുള്ള ഈ ജാത്രയിൽ സംഭാഷണങ്ങളുണ്ടാവില്ല.

നടന്മാർ ചിത്രാങ്കിതമായ തിളങ്ങുന്ന മുഖംമൂടിയും തലപ്പാവുമണിഞ്ഞ് പുരിയിലെ പാതകളിലൂടെ ഘോഷയാത്രയായി നീങ്ങും. വാദ്യമേളങ്ങൾക്കനുസരിച്ച നൃത്തച്ചുവടുകൾ. താളാത്മകമായി ഗമനം ചെയ്യുന്ന വേഷങ്ങൾ. പുരാണകഥാപാത്രങ്ങൾക്ക് ചേരുന്ന രീതിയിൽ പ്രത്യേകതരം അംഗവിക്ഷേപങ്ങൾ. സാഹിജാത്രയ്ക്ക് വേണ്ടി പതിനാറാം നൂറ്റാണ്ടിൽ തയാറാക്കിയ കൈയെഴുത്ത് പ്രതികൾ കണ്ടെടുക്കപ്പെട്ടിട്ടുണ്ട്.

പുരിയിലെ 'രഥജാത്ര'യിൽ ബുദ്ധമതത്തിലെ പരമ്പരാഗതാചാരാഘോഷങ്ങൾ ഉൾക്കൊള്ളുന്നതായും തിയേറ്റർപ്പൊലിമയുള്ളതാണെന്നും നാടകവിശാരദന്മാർ പറയുന്നു.

പന്ത്രണ്ടാം നൂറ്റാണ്ടിന് മുമ്പ് ഇന്ത്യയുടെ കിഴക്കൻ പ്രദേശങ്ങളിൽ താന്ത്രികവിദ്യയുടെയും ബുദ്ധമതത്തിന്റെയും സ്വാധീനം ശക്തമായിരുന്നു. മണിപ്പൂരിലെ 'ലായ്ഹാറൗബാ' എന്ന നൃത്തഘോഷയാത്രാരൂപത്തിൽ താന്ത്രികപാരമ്പര്യം ഇന്നും നിലനിൽക്കുന്നുണ്ട്.

ജയദേവർ രചിച്ച 'ഗീതാഗോവിന്ദം' നാടകരൂപത്തിൽ പ്രദർശിപ്പിക്കാൻ തുടങ്ങിയത് സംസ്കൃതനാടകപാരമ്പര്യത്തെ മാത്രമല്ല പ്രോത്സാഹിപ്പിച്ചത്. എല്ലാ ഭാഷാനാടകപാരമ്പര്യത്തെയുമായിരുന്നു. ഇതിനാൽ ഘോഷയാത്രാസ്വഭാവത്തിലുള്ള 'സാഹിജാത്ര' കാലക്രമത്തിൽ പരിണമിച്ച് പാട്ടും നൃത്തവും കൂടിച്ചേർന്ന 'സംഗീതികാ'രീതിയിലാവുകയും ചെയ്തത്രേ.

ക്രമേണ ഈ ചെറുനാടകങ്ങളുടെ അവതരണം ഘോഷയാത്രകൾ അവസാനിക്കുന്നിടത്തു മാത്രമായിത്തീർന്നു. പിന്നെപ്പിന്നെ ക്ഷേത്രങ്ങൾക്കു പുറമെ തുറന്നവേദികളിലും അവതരിപ്പിക്കാൻ തുടങ്ങി. ബംഗാളിയിലെ 'അസർ' പോലുള്ളത്. സാധാരണയായി ജാത്രാ നാടകങ്ങളുടെ വിഷയങ്ങൾ പുരാണങ്ങളിൽ നിന്നാണുണ്ടാവുക. ചിലപ്പോൾ പ്രാദേശികമായ ഐതിഹ്യങ്ങളും ഇതിവൃത്തമാവാറുണ്ട്. ഒറിയ ജാത്രകളിൽ നിന്ന് വ്യത്യസ്തമായി ബംഗാളി ജാത്രകളിൽ സാമൂഹ്യ-രാഷ്ട്രീയ വിഷയങ്ങളും കടന്നുവരാൻ തുടങ്ങിയിട്ടുണ്ടുപോലും.

ഞങ്ങൾക്കു മുന്നിൽ ഇതാ ജാത്രാനാടകം അരങ്ങേറുന്നു. തറനിരപ്പിലെ ലളിതമായ നടനസ്ഥലം. അണിയറയിൽനിന്ന് വേഷംകെട്ടി സ്റ്റേജിലേക്ക് വരാനും പോകാനും വേണ്ടിയാണ് നടപ്പാത. ചില സന്ദർഭങ്ങളിൽ അവിടെവെച്ചും അഭിനയം നടക്കുന്നു. ഒരേ സമയം രണ്ട് സ്ഥലങ്ങൾ ഉൾക്കൊള്ളിച്ച് നാടകാവതരണം നടത്താറുണ്ട്. സ്ഥിരമായി നാടകം നടക്കുന്ന ഇടങ്ങളിൽ തറ അല്പം ഉയർത്തി സ്റ്റേജും നടവഴിയും നിർമ്മിച്ചുവച്ചിരിക്കും.

സംഗീതാത്മകമായാണ് തുടക്കം. ക്ലാസിക്കൽ രാഗമായ യമൻ, ബിഹായ്, യമൻ-കല്യാൺ, ഖമാജ് എന്നിവയിൽ. ആദ്യം പതിഞ്ഞ മട്ടിൽ. പിന്നീട് ഉച്ചസ്ഥായിയിൽ. തുടർന്ന് ബംഗാളിഭാഷയിൽ ഒരു ഒരാമുഖപ്രസ്താവനയാണ്. ഒറിയ ജാത്രയിൽ സംഗീതാത്മകമായ ആമുഖത്തിന് ശേഷം ആൺകുട്ടികൾ കൂട്ടായോ ഒറ്റയായോ സ്റ്റേജിൽ വന്ന് നാന്ദിനൃത്തം അവതരിപ്പിക്കുകയാണത്രേ ചെയ്യുക. 'ഗോതിപുവന്മാർ' എന്നറിയപ്പെട്ടിരുന്ന ക്ലാസിക്കൽ ഒഡിസി നർത്തകരാണവർ.

ആദ്യനടന്റെ പ്രവേശനം വളരെ നാടകീയമായാണ്. കാണികളിൽ ആകാംക്ഷയും കൗതുകവും. ലങ്കാധിപതിയായ രാവണനാണ്. രാവണൻ ശിവനെ തപസ്സുചെയ്ത് ചന്ദ്രഹാസം കരസ്ഥമാക്കുന്നതാണ് പ്രമേയം. വർണപ്പൊലിമയുള്ള കമനീയമായ വേഷവിതാനം.

രാവണന്റെ അധികാരപ്രമാണിത്തവും മേൽക്കോയ്മയും ശക്തിവൈഭവങ്ങളും പ്രകടമാകുംവിധത്തിലുള്ള നൃത്തവും നടനവും. വേദി നിറഞ്ഞുള്ള ഇളകിയാട്ടങ്ങൾ. രാജകീയമായ ഭാവവും അംഗചലനങ്ങളും. ഉച്ചത്തിലുള്ള ഭാഷണങ്ങൾ. പിൻപാട്ടിന്റെ അകമ്പടിയോടെ.

ആദ്യനടൻ വന്നുപോയശേഷം വന്നത് ഒരു രസികൻ കഥാപാത്രമാണ്. ബംഗാളി ജാത്രയിൽ ഇതിനെ 'വിവേക്' (മനഃസാക്ഷി) എന്നും ഒറിയ ജാത്രയിൽ ഇതിനെ 'നിയതി' (വിധി) എന്നും വിളിക്കും. സംസ്കൃതനാടകങ്ങളിലെ സൂത്രധാരനിൽനിന്നും വിദൂഷകനിൽനിന്നും പാടെ വ്യത്യസ്തമാണിത്. ഒരു ഭ്രാന്തന്റെ വേഷഭൂഷാദികളോടെ നാടകത്തിൽ സന്നിഗ്ദ്ധഘട്ടങ്ങളിലൊക്കെ ഈ കഥാപാത്രം പ്രത്യക്ഷപ്പെടുന്നു. പ്രധാനകഥാപാത്രങ്ങളുടെ മാനസികപിരിമുറുക്കങ്ങൾ കുറയ്ക്കുകയും ആത്മഗതങ്ങൾക്ക് ഉത്തരം നൽകുകയും ചെയ്യും. ചിലപ്പോൾ വിവരണം നൽകുന്നു. നാടകത്തിലെ എല്ലാ സീനിലും പ്രത്യക്ഷപ്പെടും. രംഗത്ത് വളരെ സ്വാതന്ത്ര്യത്തോടെ പെരുമാറും. സംഭാഷണത്തി

ലേർപ്പെടുക അപൂർവമായിരിക്കും. പാടുകയാണ് കൂടുതലായി ചെയ്യുന്നത്. കൂട്ടത്തിൽ ഏറ്റവും മികച്ച അഭിനയസിദ്ധിയും സ്വരശുദ്ധിയും ഉള്ള നടനത്രേ ഈ വേഷം കെട്ടുക.

ബംഗാളിഭാഷയായതിനാൽ സംഭാഷണമൊന്നും മനസ്സിലായില്ലെങ്കിലും കഥയറിയാവുന്നതിനാൽ ഊഹിച്ചെടുക്കാം. രാവണന്റെ തപസ്സും കൈലാസോദ്ധാരണവും ശിവപാർവതി സംവാദവുമൊക്കെയുണ്ട്. ശിവൻ രാവണനെ അനുഗ്രഹിക്കുമ്പോൾ, ധർമ്മസംരക്ഷണത്തിനേ ആയുധം ഉപയോഗിക്കാവൂ എന്നു താക്കീതും നൽകുന്നു.

നാട്യധർമ്മിയുടെയും ലോകധർമ്മിയുടെയും സമഞ്ജസമേളനം. ചേതോഹരമായ നാടകീയത ജാത്രയിൽ നിറഞ്ഞുനിൽക്കുന്നു. വർണാഭമായ ചമയങ്ങൾ. ചടുലമായ രംഗചലനങ്ങൾ. ഉച്ചത്തിലുള്ള ഭാഷണങ്ങൾ. താളാത്മകമായ നൃത്തച്ചുവടുകൾ. ചേർച്ചയുള്ള പരിമിതമായ പിൻവാദ്യങ്ങൾ. ഇമ്പമുള്ള സ്വരത്തിൽ ഈണത്തിലുള്ള ഗാനാലാപനം. ചിലപ്പോൾ കാണികളും ഏറ്റുപാടുന്നു.

ഒരു മണിക്കൂർകൊണ്ട് നാടകം അവസാനിച്ചു. യാത്രയിലൊരു ജാത്ര. യാദൃച്ഛികമായ മധുരാനുഭവം. പാരമ്പര്യനാടകവേദികൾക്കു സംഭവിച്ചുകൊണ്ടിരിക്കുന്ന ബാഹ്യമായ പരിണാമങ്ങൾ ഇതിനെയും ബാധിച്ചുവെന്നു തോന്നുന്നു. വർണപ്രഭയുള്ള തീക്ഷ്ണമായ വൈദ്യുതവിളക്കുകളും ഉച്ചഭാഷിണികളും ഉപയോഗിച്ചിരിക്കുന്നു. എന്നാലും കലാരൂപത്തിന്റെ ആന്തരികചൈതന്യം കാണികൾക്കനുഭവപ്പെടുന്നു.

മഹാകാൽക്ഷേത്രത്തിൽ ജാത്രാനാടകം സാധാരണ അരങ്ങേറാറില്ല. ഇന്നിപ്പോൾ ആരോ വഴിപാടായി നടത്തുകയാണത്രേ.

നാടകം കഴിഞ്ഞ് ആളുകൾ ചിതറിപ്പിരിഞ്ഞുകൊണ്ടിരിക്കുന്നു. ഇരുട്ടിന് കട്ടി കൂടിയിരിക്കുന്നു. ക്ഷേത്രവിളക്കുകളുടെ പ്രകാശപ്പരപ്പു മാത്രം. തണുത്ത കാറ്റിൽ മരച്ചാർത്തുകളും തോരണങ്ങളും കാറ്റത്തിളകിയാടുന്നു. പൂജാമന്ത്രങ്ങളും സ്ത്രോത്രങ്ങളും നേർത്തുതുടങ്ങിയിരിക്കുന്നു. നാടകം ശ്രദ്ധിക്കാതെ അവിടവിടെയിരുന്ന് സൊള്ളിക്കൊണ്ടിരുന്നവരും എഴുന്നേറ്റ് മടക്കം തുടങ്ങി. നടവഴികളിൽ തിരിച്ചിറങ്ങുന്നവരുടെ കലപിലകൾ.

രാത്രി എട്ടുമണി ആയതേയുള്ളൂ. പാതിര പോലെ. മാൾഢറോഡിലെ

കടകളൊക്കെ അടച്ചിരിക്കുന്നു. ആളുകൾ ഒഴിഞ്ഞിരിക്കുന്നു. വിജനവും നിശ്ശബ്ദവുമായ തെരുവുകൾ. ജാത്ര കണ്ടുമടങ്ങുന്നവരും ചില സന്ദർശകരും മാത്രം. നിലാവും തെരുവുവെളിച്ചവും. നിരത്തിൽ കെട്ടിടങ്ങളുടെയും വിളക്കുകാലിന്റെയും നിഴൽനാടകങ്ങൾ.

ദൂരക്കാഴ്ചയിൽ രാപ്രകൃതിയുടെ രജതകിരീടം പോലെ ചന്ദ്രികയിൽത്തിളങ്ങുന്ന കാഞ്ചൻജംഗ.

●

3

ഹിമശിഖരത്തിലെ ഉദയസൗന്ദര്യം

കാഞ്ചൻജംഗ

ടൈഗർഹില്ലിൽനിന്നുള്ള സൂര്യോദയക്കാഴ്ച

കാഞ്ചൻജംഗ. തീയിൽ കാച്ചിയെടുത്ത കനകംപോലെ തിളങ്ങുകയാണ്. ആകാശത്ത് ഇടതുമാറി ഇത്തിരി ദൂരെ അഗ്നിവർണത്തിലുള്ള ഉദയസൂര്യൻ. ടൈഗർക്കുന്നിൽനിന്നുള്ള സൂര്യോദയദർശനം. അപൂർവമായ ദൃശ്യചാരുത.

പുലർച്ചെ നാലുമണിക്കെഴുന്നേറ്റ് അവിടേക്കു പോയതാണ്. ടൈഗർക്കുന്നിലെ ഉദയക്കാഴ്ചസ്ഥലത്ത് നിരവധിയാളുകൾ ഇടംപിടിച്ചിരിക്കുന്നു. നല്ലൊരിടത്ത് പോയി കുറ്റിയടിച്ചുനിന്നു. ഇരുളും തണുപ്പും കൂടിക്കലർന്ന അവാച്യമായ അനുഭവം. ആളുകളുടെ മർമ്മരം മാത്രം. അഞ്ചുമണിയോടെ കാഞ്ചൻജംഗയുടെ ഇരുട്ടിനു മുകളിൽ കനകരശ്മികൾ തെളിഞ്ഞു തുടങ്ങി. കാണെക്കാണെ കാഞ്ചൻജംഗ കനൽനിറമാവുകയാണ്. ഇരുണ്ടമേഘത്തിരശ്ശീലക്കു പിറകിൽ ആദിത്യദേവന്റെ തിരനോട്ടം.

പതിയെപ്പതിയെ അഗ്നിയിൽത്തപിച്ച പൊന്നിൻതളികപോലെ ഉദയഭാസ്കരൻ അതാ തലപൊക്കുന്നു. പരിസരം പെട്ടെന്ന് നിശ്ശബ്ദമായി. കാണികൾക്കിടയിൽനിന്നുയർന്ന ശംഖനാദവും പ്രണവമന്ത്രോച്ചാരണവുംകൊണ്ട് അന്തരീക്ഷം മുഖരിതമായി.

'ഓം ആദിത്യായ നമഃ, ഓം ഭാസ്കാരായ നമഃ, ഓം മിത്രായ നമഃ, ഓം രവയേ നമഃ, ഓം ഖഗായ നമഃ, ഓം മരീചയേ നമഃ, ഓം ഹിരണ്യഗർഭായ നമഃ ...'

മനസ്സിൽ മൂളിയുണർന്നത് ചങ്ങമ്പുഴയുടെ 'ആദിത്യാരാധന'യിലെ വരികൾ.

"മലയും കുന്നും കാടും നിന്നിൽനിന്നുതിരുന്ന
മഹനീയാംശുക്കൾതൻ ഹേമകോടീരം ചൂടി,
ദൂരത്തു ദൂരത്തനാദ്യന്തമായ,മേയമായ്-
ത്താരാപഥത്തിനെയുമ്മവച്ചതാ, നിൽപ്പൂ!"

'പൂതമായ ചൈതന്യത്തിൻ പൊൻവിളക്കുമായെത്തുന്ന ശ്രീതാവും നവജീവധാതാവുമായ സവിതാവി'നു മുന്നിൽ ഇതാ എവരും അഞ്ജ

ലീബദ്ധരാവുന്നു.

സകലലോകങ്ങളിലും നിറയുന്ന സൂര്യതേജസ്സ്. ഗായത്രിമന്ത്രതരംഗമായി ഇതാ ആത്മാവിൽ തുടിക്കുന്നു. ബുദ്ധിയെയും ചിന്തയെയും പ്രചോദിപ്പിച്ചുകൊണ്ടിരുന്നു.

"ഓം ഭൂർഭുവഃ സ്വഃ
തത് സവിതുർവരേണ്യം
ഭർഗോ ദേവസ്യ ധീമഹി
ധിയോ യോ നഃ പ്രചോദയാത്"

കാഞ്ചൻജംഗയിൽ നയനാനന്ദകരമായ വർണപ്പകർച്ച. ചെഞ്ചുവപ്പ് കാവിത്തിളക്കമായി. ഹിമശിഖരങ്ങൾ ആകാശത്തേക്കു പറക്കുന്ന തീജ്വാലകൾപോലെ. മന്ദമന്ദം അത് സുവർണശോഭയണിയുന്നു. വെട്ടിത്തിളങ്ങുന്ന പുഷ്യരാഗം പോലെ. സാവധാനത്തിൽ രജതകാന്തിയുടെ ചേർച്ചയിലേക്ക്. പിന്നീട് വജ്രശോഭയിൽ. ആറു മണിയോടെ ബാലാർക്കൻ ശോഭ ചൊരിഞ്ഞ് ഉയരത്തിൽ പൊങ്ങിനിന്നപ്പോൾ വെണ്ണക്കൽശില്പം പോൽ കാഞ്ചൻജംഗയുടെ ഉന്നതശിഖരങ്ങൾ തേജസ്വികളായി.

ആ ധവളിമയിൽ വെൺമേഘശകലങ്ങൾ ചിറകു ചേർക്കുന്നു. പറന്നിറങ്ങിയ വിൺമാലാഖപോലെ കാഞ്ചൻജംഗ പുഞ്ചിരി തൂകി നിൽപ്പാണ്. ആകാശസീമകൾക്കപ്പുറത്തേക്ക് തലയുയർത്തിപ്പിടിച്ച്. ഹിമകേളികൾക്കായി അപ്സരസ്സുകളെയും യക്ഷകിന്നരഗന്ധർവന്മാരെയും നിമന്ത്രണം ചെയ്തുകൊണ്ട്. ചക്രവാളസീമയിൽ മഴവില്ലിന്റെ വർണരാജികൾ.

കന്യാകുമാരിയിൽ കണ്ട സൂര്യോദയം... തിരുനാവായിൽ നിളാനദിയിൽ കണ്ട സൂര്യോദയം... ചെന്നൈ മെറിനബീച്ചിൽ കണ്ട സൂര്യോദയം... കാശ്മീർത്താഴ്‌വരയിലെ ഡാൽത്തടാകത്തിൽ കണ്ട സൂര്യോദയം... മൂന്നാറിലെ ചായത്തോട്ടങ്ങൾക്കിടയിലൂടെ കണ്ട സൂര്യോദയം... നാട്ടിൽ വെളിയന്നൂർപാടവരമ്പത്തുനിന്ന് നോക്കിക്കണ്ട സഹ്യമുടിയിലെ സൂര്യോദയം...

എല്ലാറ്റിനെയും അതിശയിപ്പിക്കുന്ന കാഴ്ചവിരുന്ന്. ജന്മപുണ്യം. സുകൃതം. ആദിത്യദേവന്റെ മഹാനുഗ്രഹം.

ഭൂമിയിലെ ഏറ്റവും ഉയരംകൂടിയ മൂന്നാമത്തെ കൊടുമുടി. ഭാരത

ത്തിൽ ഏറ്റവും ഉയരം കൂടിയത്. കടൽപ്പരപ്പിൽനിന്ന് എണ്ണായിരത്തി അഞ്ഞൂറ്റി എൺപത്താറ് മീറ്റർ ഉയരത്തിൽ. നൂറ്റി ഇരുപത്തഞ്ച് കിലോമീറ്റർ ദൈർഘ്യം. 'കാഞ്ചൻജംഗഹിമാൽ' മേഖലയിൽ. ഇന്ത്യ-നേപ്പാൾ അതിർത്തിയിൽ. പതിനാറ് ശിഖരങ്ങൾ.

വടക്ക് ലോനക് ചു, ഗോമാ ചു, ജോങ്സാങ് ലാ. കിഴക്ക് ടീസ്റ്റനദി. പടിഞ്ഞാറ് ജിങ്സാങ്, കാഞ്ചൻജംഗ ഹിമാനികളും ഗുൻസ, താമൂർ നദികളും. തെക്കുഭാഗത്ത് സിക്കിമിനെ നേപ്പാളിൽനിന്ന് വേർതിരിക്കുന്ന ഹിമാലയത്തിന്റെ സിംഗാലില ശിഖരം. ഭൂട്ടാൻ, ചൈന, നേപ്പാൾ എന്നിവയുമായി അതിർത്തി പങ്കിടുന്നു.

പതിനാല് സംരക്ഷിത വനപ്രദേശങ്ങൾ ഇതിലുണ്ടത്രേ. താഴ്വരകളിൽ കോണിഫറസ് വനങ്ങൾ. ആൽപൈൻകുറ്റിച്ചെടികൾ. ടെറായി-ഡുവാർ പുൽമേടുകൾ. കാഞ്ചൻജംഗയുടെ വൈവിധ്യസുന്ദരമായ ലാൻഡ്സ്കേപ്പ്.

ലിംബു ഭാഷയിൽ കാഞ്ചൻജംഗയുടെ പേര് 'സെഞ്ചെലുങ്മ' അല്ലെങ്കിൽ 'സെസെലുങ്മ' എന്നാണ്. സർവശക്തനായ 'യുമാസംമാങ്ങി'ന്റെ വാസസ്ഥാനം.

ആദിവാസികളായ ലെപ്ചാ വിഭാഗക്കാരുടെ വിശ്വാസത്തിൽ ഇത് ഒരു ഭീമാകാരനിധികുംഭമാണ്. വിനാശകാലത്തെ അതിജീവനത്തിനായി പ്രകൃതി കാത്തുസൂക്ഷിച്ച അക്ഷയനിധി. ഉപ്പ്, സ്വർണം, വൈഡൂര്യം, മറ്റു രത്നങ്ങൾ, വിശുദ്ധമായ തിരുവെഴുത്തുകൾ, അജയ്യമായ കവചം, വെടിമരുന്ന്, ധാന്യം, മരുന്ന്. രക്ഷോപായങ്ങളെല്ലാമറ്റുപോകുമ്പോൾ ഈ കലവറ സ്വയം തുറന്ന് നിധി പുറത്തുവരുമത്രേ.

ഉദയദർശനം കഴിഞ്ഞ് മടങ്ങാനൊരുങ്ങവേ വഴിയോരത്തെ പൈൻമരങ്ങൾക്കിടയിലെ പാറക്കെട്ടിൽ ചമ്രം പടിഞ്ഞിരിക്കുന്ന ഒരു ബുദ്ധഭിക്ഷു. കണ്ണുകളടച്ച്. ഇരുകൈകളും മടിയിൽ ചേർത്തുവച്ച്. പത്മാസനത്തിൽ. കാഞ്ചൻജംഗയ്ക്ക് അഭിമുഖമായി.

കൗതുകം തോന്നിയ ഞങ്ങൾ അവിടേക്ക് ചെന്നു. അടുത്തിരുന്നു. അല്പനിമിഷം കഴിഞ്ഞപ്പോൾ അദ്ദേഹം കൺതുറന്നു. ദീർഘനിശ്വാസമെടുത്തു. ഞങ്ങളെ നോക്കി പുഞ്ചിരിച്ചു. ഞങ്ങളോടായി ഇങ്ങനെ പറഞ്ഞു:

“I watched the beauty of Sunrise in Kangchenjunga with my inner eyes.” അകലേക്ക് കണ്ണയച്ച് നിശ്ചലനായി ഇരുന്നശേഷം അദ്ദേഹം ഞങ്ങളെ നോക്കി വീണ്ടും പുഞ്ചിരിച്ചുകൊണ്ട് പറഞ്ഞു:

“Once Gutam Bhudha said: ‘Three things cannot be long hidden. The sun, the moon and the truth.’ What does it means?”

അല്പനേരം അദ്ദേഹം കണ്ണടച്ചിരുന്നു. ആ മുഖത്തെ ശാന്തതയിലേക്ക് നോക്കിക്കൊണ്ടേയിരിക്കയാണ് ഞങ്ങൾ. പരന്ന നെറ്റിത്തടം. അടച്ചുവച്ച ആർദ്രമായ നീണ്ട മിഴികൾ. പതിഞ്ഞ നാസിക. വിടർന്ന ചുണ്ടുകൾ. നീണ്ടുവളഞ്ഞ കാതുകൾ. തലയിൽ പറ്റിപ്പിടിച്ചിരിക്കുന്ന ഇടതൂർന്ന ചുരുണ്ട മുടിയിഴകൾ. നേർത്തപുഞ്ചിരി വിരിഞ്ഞുനിൽക്കുന്ന ചുണ്ടുകൾ. തേജസ്സുറ്റ മുഖം തെല്ലുയർത്തി നെഞ്ചുയർത്തിയുള്ള ഇരിപ്പ്. ഹിമശിഖരത്തിന്റെ ഉദയസൗന്ദര്യം മനോമയമായ ആകാശപ്പരപ്പിൽ ഒരിക്കൽക്കൂടി അകക്കണ്ണാൽ ദർശിക്കയാണോ അദ്ദേഹം.

കണ്ണുകൾ തുറന്ന് നിറഞ്ഞ പുഞ്ചിരിയോടെ അദ്ദേഹം ഇങ്ങനെ തുടർന്നു:

“The sun sets. But all of us know that it will rise again in the morning. The moon rises when the sun sets. It sets when the sun reappears. Something that exists can be hidden for certain period of time. But it will always reappear. The truth is the same. You can manipulate and distort the truth or hide it. But at some point the truth will be known. It is sustainable.”

പുഞ്ചിരിച്ചുകൊണ്ടുതന്നെ അദ്ദേഹം കാഞ്ചൻജംഗയിലേക്ക് വിരൽ ചൂണ്ടി. “Look at that, it is always exist there. Depending on the variation of light we can see it in many different forms.”

ഞങ്ങൾ അദ്ദേഹത്തോട് ഒന്നും ചോദിച്ചിരുന്നില്ല. ഒന്നും സംസാരിച്ചുമില്ല. ഏതോ നാട്ടിൽനിന്നുവന്ന അപരിചിതരായ ഞങ്ങളോട് പക്ഷെ, അദ്ദേഹം തെളിഞ്ഞ് സംസാരിച്ചു. പറയാനുള്ളത് മാത്രം.

പാറയിൽ വിരിച്ച കട്ടിയുള്ള മഞ്ഞക്കമ്പിളിപ്പുതപ്പെടുത്ത് തോളത്തിട്ട് അദ്ദേഹം എഴുന്നേറ്റു. ഞങ്ങളും ഇറങ്ങാനൊരുങ്ങവേ കൂട്ടത്തിലൊരാളിന്റെ കാലിൽ കല്ലുതട്ടി മുറിഞ്ഞു. കുടുകുടാ ചോര ഒലിക്കുന്നു. ആൾക്ക് നല്ല വേദന. ബുദ്ധഭിക്ഷു ഉടൻതന്നെ ചെടിപ്പടർപ്പുകളിൽനിന്ന് ഏതാനും ഇല പറിച്ചെടുത്തു. കല്ലിലിട്ട് ചതച്ച് കൈക്കുമ്പിളിൽ പിഴിഞ്ഞ്

നീരെടുത്ത് മുറിവിലൊഴിച്ചു. ചോരയൊലിപ്പ് ഉടൻ നിന്നു. വേദനയും. ഇലയുടെ ചണ്ടി അവിടെ ഒട്ടിച്ചുവച്ച് കർച്ചീഫ് കൊണ്ട് മുറിവുകെട്ടി. തന്റെ തോൾസഞ്ചിയിൽനിന്ന് കുപ്പിവെള്ളമെടുത്ത് കുടിക്കാൻ കൊടുത്തു.

കൈകൂപ്പി തൊഴുത് അദ്ദേഹം പാറയിറങ്ങി. പൈൻമരങ്ങൾക്കിടയിലൂടെ നീളുന്ന വഴിയിലേക്ക് നടന്നുമാഞ്ഞു. മഞ്ഞനിറത്തിലുള്ള ഒരു നക്ഷത്രം ഉദിച്ചുമാഞ്ഞുപോയപോലെ.

മഹാജ്ഞാനത്തിന്റെ ഉദയരശ്മികളായിരുന്നില്ലേ ഇത്രനേരം ആ മുഖത്ത് പ്രസരിച്ചിരുന്നത്. ആത്മജ്ഞാനത്തിന്റെ നിധികുംഭങ്ങൾ തേടി ഏതൊക്കെയോ വഴികൾ താണ്ടി അലഞ്ഞുതിരിയുന്ന സഞ്ചാരികൾക്കു മുന്നിൽ അത്തരം സൂര്യന്മാർ പെട്ടെന്ന് വന്നുദിച്ചേക്കാം.

ആ കുറ്റിക്കാട്ടിലെ മിക്ക സസ്യങ്ങളും ഔഷധവീര്യമുള്ളതാണെന്ന് ബരുൺ റായ് പറഞ്ഞു. ബുദ്ധഭിക്ഷു പറിച്ചെടുത്ത ചെടി പരിശോധിച്ച് അവൻ അദ്ദേഹത്തോട് എന്തൊക്കെയോ സംസാരിക്കുന്നുണ്ടായിരുന്നു. കാലിൽ മുറിവേറ്റയാൾ അവന്റെ തോളിൽപ്പിടിച്ചുകൊണ്ടാണ് നടന്നത്. നടപ്പിനിടയിൽ അയാളെ അവൻ ആശ്വസിപ്പിച്ചുകൊണ്ടിരുന്നു. മുറിഞ്ഞിടം നനയ്ക്കരുത്, നാളത്തേക്ക് ഉണക്കംവരും എന്നൊക്കെ അവൻ പറഞ്ഞുകൊണ്ടിരുന്നു.

ബരുൺ റായ്. ഹോട്ടലിൽനിന്ന് വഴികാട്ടിയായി കൂടെ വന്ന യുവാവ്. ഈ നഗരത്തിലാണ് അയാൾ ജനിച്ചുവളർന്നത്. അമ്മ ബുദ്ധമതക്കാരി. അച്ഛൻ ഹിന്ദുവും. ഡാർജിലിങ്ങിലെ ഔഷധസസ്യങ്ങളെക്കുറിച്ച് ഗവേഷണം നടത്തുന്ന വിദ്യാർഥി. ഹോട്ടൽജോലിയിൽനിന്നുള്ള വരുമാനം പഠനത്തിനുള്ള സഹായം.

പാരമ്പര്യമായി നാട്ടുവൈദ്യം ചെയ്യുന്ന കുടുംബമാണ് അമ്മയുടേത്. അമ്മയുടെ അച്ഛനൊപ്പം മരുന്നുചെടി പറിക്കാനായി കാടും മേടും സഞ്ചരിച്ചുള്ള ശീലത്തിൽനിന്നാണ് ഔഷധസസ്യങ്ങളെക്കുറിച്ചുള്ള പഠനത്തിന് താല്പര്യം തോന്നിത്തുടങ്ങിയത്.

ബരുണിനെ നോക്കിക്കൊണ്ടിരിക്കെ ഞാൻ കാണുന്നത് നാട്ടിലെ കുറ്റ്യാപ്പുറത്ത് ചന്തുക്കുട്ടിയേട്ടനെ. ജീവിതം മുഴുവൻ ഔഷധസസ്യസംരക്ഷണത്തിനായി നീക്കിവച്ചയാൾ. മരുന്ന്ചെടികളുടെയും ഗ്രാമീ

ണകൃഷിരീതികളുടെയും നാട്ടറിവിന്റെ മഹാശേഖരം. വൈദ്യന്മാർക്ക് ചെടിമരുന്നുകൾ പറിച്ചുകൊടുക്കാറുണ്ടായിരുന്ന പിതാവിനോടൊപ്പം നടന്നാണ് അദ്ദേഹവും ഔഷധച്ചെടികളുടെ ലോകത്തെത്തിപ്പെട്ടത്.

ഹോട്ടലിൽ തിരിച്ചെത്തുന്നതുവരെ വാഹനത്തിലിരുന്ന് ബരുൺ കുടുംബമഹിമ വിളമ്പിക്കൊണ്ടേയിരുന്നു. മൂന്നു മണിക്ക് എഴുന്നേറ്റതു കൊണ്ട് മിക്കവരും ഉറക്കത്തിലേക്ക് വഴുതിയിരുന്നു. അർധമയക്കത്തിൽ ഒന്നുരണ്ടു പേർ ബരുണിന് മൂളിക്കൊടുക്കുന്നുണ്ടായിരുന്നു. വാഹനത്തിലിരുന്ന് പുറത്തേക്ക് നോക്കുമ്പോൾ ടൈഗർക്കുന്നിന്റെ താഴ്‌വരക്കാഴ്ചകൾ.

ഇളവെയിലിൽ കാഞ്ചൻജംഗയുടെ ശിഖരമുഖത്തു തെളിയുന്നത് ബുദ്ധഭിക്ഷുവിന്റെ അതേ മന്ദഹാസമോ!

●

4

വീട്ടുമുറ്റത്തൂടെ, കടത്തിണ്ണയിലൂടെ പുകതുപ്പിപ്പായുന്ന കുചുകുചു വണ്ടി

ഡാർജിലിങ് ഹിമാലയൻ ടോയ് ട്രെയിൻ

ഡാർജിലിങ് റെയിൽവേ സ്റ്റേഷൻ കാഴ്ച

ഡാർജിലിങ് താഴ്‌വരക്കാഴ്ചകൾ - ടീസ്റ്റാനദി

ബറ്റാസിയ ലൂപ്പ് യുദ്ധസ്മാരകം

ഡാർജിലിങ് നഗരക്കാഴ്ചകൾ. നവ്യാനുഭവങ്ങൾ. സിംലയിലേതു പോലെ മലമടക്കുകളിൽ കെട്ടിപ്പൊക്കിയ പർവതനഗരത്തിന്റെ അപൂർവചാരുത. മലഞ്ചരിവുകളിലൂടെയായതിനാൽ റോഡുകൾക്ക് വീതി കുറവാണ്. ഒരുവശത്ത് ചെങ്കുത്തായ കൊല്ലികൾ. മറുവശത്ത് വെട്ടിയിറക്കിയ കൂറ്റൻ ചെരിവുകൾ. വലിയ കയറ്റങ്ങളായതിനാൽ ചെറുവാഹനങ്ങളേ പാടുള്ളൂ.

അതാ കടന്നുപോകുന്നു ഒരു ടോയ്ട്രെയിൻ. കളിപ്പാട്ടമല്ല. ശരിക്കുള്ള യാത്രാവണ്ടി തന്നെ. കടത്തിണ്ണയിലൂടെ, വീട്ടുമുറ്റത്തൂടെ ഓടുന്ന തീവണ്ടി. കൂകിവിളിച്ച് പുകതുപ്പിപ്പായുന്ന കുചുകുചുവണ്ടി. വീട്ടുകാരോടും വഴിപോക്കരോടും കുശലം പറഞ്ഞ് പതുക്കെ നീങ്ങിമറയുന്ന നാട്ടുചങ്ങാതി.

ഇന്ത്യയിലെ ഏറ്റവും ഉയരംകൂടിയ റെയിൽവേ ലൈൻ. കൗതുകങ്ങൾ നിറഞ്ഞ 'ഡാർജിലിങ് ഹിമാലയൻ തീവണ്ടിപ്പാത' (Darjeeling Himalayan Railway - DHR). വെറും രണ്ടടി മാത്രം വീതിയുള്ള (അറന്നൂറ്റിപത്ത് മി.മീ.) നേരോഗേജ് (Narrow Gauge) റെയിൽപ്പാത. ഊട്ടിയിലേതിനേക്കാൾ കുറഞ്ഞ വീതി. സിലിഗുരി നഗരത്തിലെ ന്യൂ ജൽപായ്ഗുരിക്കും ഡാർജിലിങ്ങിനും ഇടയിൽ എൺപത്തെട്ട് കിലോമീറ്റർ (അമ്പത്തഞ്ച് മൈൽ) ദൂരത്തിൽ.

സമുദ്രനിരപ്പിൽനിന്ന് നൂറ് മീറ്റർ ഉയരമുള്ള സ്ഥലമാണ് ന്യൂജൽപായ്ഗുരി. അവിടെനിന്ന് രണ്ടായിരം മീറ്ററിലധികം ഉയരത്തിലേക്ക് കയറിപ്പോകുന്ന റെയിൽപ്പാത. തട്ടുതട്ടുകളായി സ്ഥിതിചെയ്യുന്ന ഡാർജിലിങ്ങിൽ മലനിരകളെച്ചുറ്റിയുള്ള റോഡിനൊപ്പം.

പർവതങ്ങളുടെ ചെരിവിലുള്ള തട്ടുകളിലാണ് വീടുകളും കടകളും മറ്റു കെട്ടിടങ്ങളും തെരുവുകളും റോഡും റെയിൽപ്പാതയും പരസ്പരം തൊട്ടുതൊട്ടു കെട്ടിപ്പിണഞ്ഞു കിടക്കുന്നത്. തട്ടുകൾ വളരെ ഇടുങ്ങിയതായതിനാൽ വീട്ടുമുറ്റങ്ങളിലൂടെയും കടത്തിണ്ണയോടു ചേർന്നും റോഡിന്റെ ഓരംപറ്റിയുമാണ് റെയിൽപ്പാത. അത്രയുമേ സ്ഥലം കിട്ടുകയുള്ളൂ. ചിലയിടത്ത് ഒരു മര്യാദയുമില്ലാതെ റോഡിനെ മുറിച്ച് ഒരു

പോക്കാണ്. ഒരു തട്ടിൽനിന്ന് ചുറ്റിക്കയറി അടുത്ത തട്ടിലെത്തും. അവിടെനിന്ന് വളഞ്ഞുചുറ്റി മറ്റൊന്നിൽ. അങ്ങനെ ആറ് സിഗ്സാഗുകളും (വളവുതിരിവുകൾ) അഞ്ച് ലൂപ്പുകളും (മടക്കുകൾ).

ആയിരത്തി തൊള്ളായിരത്തി തൊണ്ണൂറ്റി ഒമ്പതിൽ യുനെസ്കോയുടെ ലോകപൈതൃകപ്പട്ടികയിൽ ഇടം നേടിയ ഡാർജിലിങ് ഹിമാലയൻ തീവണ്ടിപ്പാത പണിതത് ആയിരത്തി എണ്ണൂറ്റി എഴുപത്തൊമ്പതിനും എൺപത്തൊന്നിനും ഇടയിലാണ്.

ഇന്ത്യയിലെ ഏറ്റവും ഉയരത്തിലെ റെയിൽവേ സ്റ്റേഷനായ 'ഘും' (Ghum) മുതൽ 'ഡാർജിലിങ്' വരെ ദിവസേനയുള്ള ടൂറിസ്റ്റ് ട്രെയിനുകൾ. ന്യൂജൽപായ്ഗുരി മുതൽ കുർസിയോങ് വഴി ഡാർജിലിങ് വരെയുള്ള സ്റ്റീം ഹോൾഡ് റെഡ്പാണ്ട സർവീസ്. ബ്രിട്ടീഷ് നിർമ്മിത ആവിയന്ത്രം. ഡാർജിലിങ് മെയിൽ ട്രെയിൻ മാത്രം ഡീസലെഞ്ചിൻ.

ഡാർജിലിങ് റെയിൽവേ സ്റ്റേഷനിലേക്ക് കയറിച്ചെന്ന ഞങ്ങളെ എതിരേറ്റത് ഒരു ഫലകം. സ്റ്റേഷന്റെ ആദ്യകാലപടവും ലഘുചരിത്രവും സവിശേഷതയും അടങ്ങിയത്. 'The DHR-Darjiling's very own toy train to the clouds' - ഇതാണ് ഫലകത്തിന്റെ തലവാചകം.

ഒതുങ്ങിയ ചെറിയ സ്റ്റേഷൻ. അധികം ഉയരമില്ലാത്ത പ്ലാറ്റ്ഫോം. വൃത്തിയും ഭംഗിയും സൗകര്യവുമുള്ള ഉൾമുറികളും കാത്തിരിപ്പുകേന്ദ്രങ്ങളും. രണ്ട് പ്ലാറ്റ്ഫോമുകൾ. പ്ലാറ്റ്ഫോമിൽ നിന്നാൽ ദൂരെ കാഞ്ചൻജംഗ തെളിഞ്ഞു കാണാം. രണ്ടാം പ്ലാറ്റ്ഫോം ശരിക്കൊരു കാഴ്ചത്തട്ട് തന്നെ. മലമടക്കുകൾക്കു കീഴെയുള്ള കെട്ടിടങ്ങളും വീടുകളും തെരുവുകളും റോഡുകളും ചുറ്റോടുചുറ്റും കാണാം. സ്റ്റേഷൻകെട്ടിടത്തോടു ഒട്ടിച്ചേർന്നുകൊണ്ട് പിറകിലൂടെ റോഡ് കടന്നുപോകുന്നു.

ഡാർജിലിങ്ങിൽനിന്ന് 'ഘു'മിലേക്ക് ഉല്ലാസയാത്രക്കുള്ള റൗണ്ട് ട്രിപ്പിന് രണ്ടു മണിക്കൂറെടുക്കും. ന്യൂജൽപായ്ഗുരിയിൽനിന്ന് പുറപ്പെടുന്ന പാസഞ്ചർ വണ്ടിക്ക് കുർസിയോങ് വഴി ഡാർജിലിങ്ങിലെത്താൻ ഏഴരമണിക്കൂർ വേണം.

പ്ലാറ്റ്ഫോമിലേക്ക് വണ്ടി കടന്നു വരികയാണ്. ചുറുചുറുക്കുള്ള ഒരു കൊച്ചുകുട്ടി ഓടിച്ചാടി വരുന്നതുപോലെ. കമനീയവും കുലീനവുമായ രൂപഭാവങ്ങളോടെ. ഒന്നാന്തരമൊരു ക്ലാസിക്കൽ ലുക്ക്. എഞ്ചിൻ കൂടാതെ മൂന്ന് കമ്പാർട്ട്മെൻറുകൾ മാത്രം. അതിലൊന്ന് ഫസ്റ്റ്ക്ലാസാണ്. ആളുകൾ പെട്ടെന്നിറങ്ങിയൊഴിഞ്ഞു. ഉടൻതന്നെ ജോലിക്കാർ അക

ത്തുകയറി വൃത്തിയാക്കൽ കഴിച്ചു. എഞ്ചിൻ തിരിച്ചുകെട്ടി പുറപ്പെടാൻ തയാറായി നിൽക്കുന്നു.

ആയിരത്തി മുന്നൂറ് രൂപയുടെ ഫസ്റ്റ്ക്ലാസ് ടിക്കറ്റെടുത്ത് ഞങ്ങൾ കളിവണ്ടിയിലെ ഉല്ലാസയാത്ര തുടങ്ങി. അകത്ത് സൗകര്യപ്രദവും കമനീയവുമായ ഇരിപ്പിടങ്ങൾ. ഇഷ്ടമനുസരിച്ച് അങ്ങോട്ടുമിങ്ങോട്ടും തിരിച്ച് ചാരിയും നിവർന്നുമിരുന്ന് കാഴ്ചകൾ കാണാം. ഇരുവശങ്ങളിലും വലിയ ചില്ലുജാലകങ്ങൾ. മുകളിലും ചില്ലുപാളികൾ.

കണ്ണിൽ നിറയുന്നത് മുഴുവൻ ഡാർജിലിങ്ങിന്റെ മനോഹാരിതകൾ. പർവതശിഖരങ്ങളിലെ പ്രകൃതിഭംഗി... ദൂരെ വെള്ളിക്കിരീടമണിഞ്ഞ് തലയുയർത്തി നിൽക്കുന്ന കാഞ്ചൻജംഗ... മേഘങ്ങളില്ലാത്ത തെളിഞ്ഞ ആകാശത്തിൽ അങ്ങകലെ പൊട്ടുപോലെ തിളങ്ങുന്ന എവറസ്റ്റ്... ടിബറ്റിലെ ചുമാൽ-റി പർവതം... ടൈഗർക്കുന്നുകളും അതിനോടു ചേർന്നുള്ള സെഞ്ചൽ വന്യജീവിസങ്കേതങ്ങളും...

മലഞ്ചെരിവുകൾക്കു വെള്ളപ്പുടവ ചുറ്റിയതുപോലെ ഒഴുകുന്ന ടീസ്റ്റാനദി. ഇടയ്ക്ക് അവിടവിടെയായി മഹാനന്ദ, ബാലസൺ, മേച്ചി തുടങ്ങിയ നദികളും മിന്നലാട്ടംപോലെ കാഴ്ചയിലൂടെ കടന്നുപോകും. മലകളും ചെരിവുകളും മരങ്ങളും താഴ്വരകളും തേയിലത്തോട്ടങ്ങളും.

മലഞ്ചരിവിൽ മേൽക്കുമേൽ ഒട്ടിച്ചുവച്ച തീപ്പെട്ടിക്കൂടുപോലെ വീടുകളുടെ ദൂരക്കാഴ്ചകൾ. തെരുവുകൾ, ദേവാലയങ്ങൾ, ചെറുതൊഴിൽശാലകൾ, കൃഷിയിടങ്ങൾ, ജനജീവിതം.

റോഡിനു സമാന്തരമായി കടന്നുപോവുന്ന ഒരു വളവിലെത്തിയപ്പോൾ പാളം മുറിച്ചുകടക്കാനൊരുങ്ങിയ ഒരുകൂട്ടം നായ്ക്കൾ പെട്ടെന്ന് പിന്നോട്ട് ചാടി ഒതുങ്ങിമാറിനിന്ന് വണ്ടിക്ക് വഴികൊടുത്തു. വണ്ടി കടന്നുപോയപ്പോൾ അവയിത്തിരി പിന്നാലെ ഓടി. പിന്നെ 'എന്നാലിനി നിങ്ങൾ പോയിവാ' എന്ന മട്ടിൽ പിന്തിരിഞ്ഞ് റോഡിലിറങ്ങി ധൃതിയിൽ എങ്ങോട്ടോ പാഞ്ഞുപോയി.

'ഘൂം' സ്റ്റേഷനിലെത്തി. ഡാർജിലിങ് സ്റ്റേഷനേക്കാൾ ചെറുത്. കേമത്തവും കുറവ്. ആളുകൾ അല്പമുണ്ട്. ഇങ്ങോട്ടുപോകുന്ന ഒരു ട്രെയിൻ അവിടെ കാത്തുകിടപ്പായിരുന്നു. ജൽപായ്ഗുരിയിൽനിന്നു വരുന്ന യാത്രാവണ്ടിയാണ്. നമ്മൾ വന്നുനിന്നിട്ടു വേണം അതിന് ട്രാക്കൊഴിഞ്ഞു കിട്ടാൻ. വൃത്തിയില്ലാത്ത സ്റ്റേഷൻ. അല്പസമയം വണ്ടി അവിടെ നിർത്തിയിട്ടു. പുറത്തേക്കിറങ്ങി ഒന്നു ചുറ്റി നടന്നു.

സ്റ്റേഷനോടു ചേർന്നുള്ള റോഡ്. അപ്പുറത്ത് കുറേ കടകളും കെട്ടിട

ങ്ങളും. ഇപ്പുറത്ത് സ്റ്റേഷനിൽനിന്ന് റോഡിലേക്ക് ഇറങ്ങുന്നിടത്ത് ചായ പലഹാരങ്ങളും പഴങ്ങളും മറ്റും വിൽക്കുന്ന ഒന്നുരണ്ടു കടകൾ. ഒന്നിൽ തടിച്ച സുന്ദരിയായ ഒരു അമ്മൂമ്മ.

ഞങ്ങളിറങ്ങിവരുമ്പോൾ നിറചിരിയുമായി ഞങ്ങളെ മാടിവിളിക്കയാണ് അവർ. ഞങ്ങൾ ചെന്ന പാടെ സ്റ്റൂളുകളെടുത്ത് പുറത്തിട്ട് ഇരിക്കാൻ കൈയാംഗ്യം കാട്ടി. വെൻഡിങ് മെഷിനിൽനിന്ന് മൺകപ്പുകളിൽ ചായയൊഴിച്ചു. ഓരോരുത്തരുടെയും കൈയിൽക്കൊടുത്തു. ബിസ്കറ്റ് ഭരണിയെടുത്ത് മുന്നിലേക്ക് വച്ചു. നട്സ് ബിസ്ക്കറ്റ്. കൈകൂപ്പി വിടർന്നുചിരിച്ച് ഭവ്യതയോടെ വശത്തേക്ക് മാറിനിന്നു.

അവിടവിടെ ചുളികൾ വീണ വെളുത്തുരുണ്ട വട്ടമുഖം. തിളങ്ങുന്ന കണ്ണുകൾ. നെറ്റിയിൽ വലിയ കുങ്കുമപ്പൊട്ട്. ചുരുണ്ട മുടി മേലോട്ട് കെട്ടിവച്ചിരിക്കുന്നു. കഴുത്തിലും കാതിലും ആഭരണങ്ങൾ. സ്വർണപ്പുള്ളികൾ നിറഞ്ഞ മുഴുക്കൈയുള്ള കറുത്ത നീളൻകുപ്പായം. ഇരുകൈകകളിലും നേർത്ത ഈരണ്ട് വളകൾ.

'സുനിതാദേവി ടീ സ്റ്റാൾ'. വെളുത്ത ചുമരിൽ ചെമ്പിച്ച എഴുത്ത്. ഇംഗ്ലീഷിലും ഹിന്ദിയിലും. മുന്നിലെ ഡസ്കിൽ വെൻഡിങ് മെഷിനും മൺകപ്പുകളും. പിന്നിലെ തട്ടലമാരയിൽ പലഹാരങ്ങൾ. നിലത്തെ കൊട്ടകളിൽ പലവിധ പഴങ്ങൾ.

ചായക്കും ബിസികറ്റിനുമായി ഇരുപത്തഞ്ച് രൂപ. സുനിതാദേവി പണം വാങ്ങി തൊഴുതു. മുഖത്തെ വിടർന്ന ചിരി മാഞ്ഞിട്ടില്ല. ഒന്നും പറയുകയോ ചോദിക്കുകയോ ചെയ്തില്ല.

കുട്ടികൾ ആപ്പിളിന് വില ചോദിച്ചപ്പോൾ അവരെ നോക്കിച്ചിരിച്ച് കണ്ണുകൾ വിടർത്തി മുഖമിളക്കി ഇരുകൈവിരലുകളും മൂന്നു തവണ നിവർത്തിക്കാണിച്ചു. കുട്ടികൾ മിഴിച്ചുനിന്നപ്പോൾ തൊട്ടടുത്ത കടക്കാരൻ പതുക്കെ പറഞ്ഞു:

"വഹ് ദീദി ഗൂംഗി ഹെ. ആപ്പിൾ കേ തീസ് രൂപയേ."

ആപ്പിൾ പൊതിഞ്ഞു നൽകുമ്പോഴും വാത്സല്യം തുളുമ്പുന്ന അതേ ചിരി. മുഖത്ത് ഒരേ പ്രസരിപ്പ്. സ്മേരവദനത്തിന്റെ നിറനിലാവെട്ടം കൊണ്ട് തന്റെ മൂകജന്മത്തിന്റെ ഇരുട്ടിനെ അലിയിച്ചുകളയുകയാണോ അവർ!

വണ്ടി മടക്കയാത്ര തുടങ്ങി. കറങ്ങിയും വളഞ്ഞുതിരിഞ്ഞുമുള്ള വേഗതകുറഞ്ഞ സഞ്ചാരം. ഡാർജിലിങ് ഹിമാലയൻ റെയിൽവേയുടെ എഞ്ചിനീയറിങ് വിസ്മയം. ചിലയിടങ്ങളിൽ പ്രധാനപാളത്തിൽനിന്ന്

പിരിഞ്ഞ് താഴെത്തട്ടിലിറങ്ങി വീണ്ടും കൂടിച്ചേരുന്ന ഉപപാളങ്ങൾ. അപ്പുറത്തുനിന്നു വരുന്ന വണ്ടിക്ക് വഴിമാറിക്കൊടുക്കാനത്രേ ഇവ.

വഴിക്കിടെ ചില വ്യൂപോയന്റുകളിൽ നിർത്തും. അതിലൊന്നാണ് ബറ്റാസിയ ലൂപ്പ് യുദ്ധസ്മാരകം. 'ബറ്റാസിയ ലൂപ്പ്' എന്നാൽ 'കാറ്റുള്ള സ്ഥലം' എന്നർഥം. ഡാർജിലിങ് നഗരത്തിൽനിന്ന് അഞ്ച് കിലോമീറ്റർ അകലെ. പാതയിൽനിന്ന് അല്പം താഴോട്ടിറങ്ങി പുറത്തേക്ക് തള്ളി നിൽക്കുന്ന കുന്നിൻതുമ്പ്. 'റ' ആകൃതിയിൽ. ഇവിടെ ഇരുപത്തഞ്ച് മിനിട്ട് വണ്ടി നിർത്തും.

മധ്യഭാഗത്ത് യുദ്ധസ്മാരകസ്തൂപം. ഡാർജിലിംഗിലെ ജില്ലാ സൈനിക് ബോർഡ് സ്ഥാപിച്ചത്. ആയരത്തി തൊള്ളായിരത്തി തൊണ്ണൂറ്റിയഞ്ച് മാർച്ച് ഇരുപത്തിരണ്ടിന്. സ്വാതന്ത്ര്യലബ്ധിയെത്തുടർന്ന് രാഷ്ട്രത്തിന്റെ പരമാധികാരം സംരക്ഷിക്കാനുള്ള സൈനികനടപടികൾക്കിടെ ജീവൻ ബലിയർപ്പിച്ച ധീരരായ എഴുപത്തഞ്ച് ഗൂർഖജവാന്മാരുടെ സ്മരണക്കായി.

സ്മാരകസ്ഥലത്തിനു ചുറ്റും വശംചേർന്ന് വട്ടംതിരിഞ്ഞ് മടങ്ങുന്ന റെയിൽവേ ട്രാക്ക്. അതിനുള്ളിൽ സ്തൂപത്തോട് ചേർന്ന് മനോഹരമായ പാർക്ക്. പൂന്തോപ്പുകൾ. ഇരിപ്പിടങ്ങൾ. ടീസ്റ്റാളുകളും കളിസ്ഥലങ്ങളും. വീശിവന്ന് ഒഴുകിക്കടന്നുപോകുന്ന തണുത്ത കാറ്റ്. പ്രകൃതിയുടെ വശ്യഭംഗി കണ്ടുകൊണ്ടിരിക്കാം. കണ്ണടച്ചിരുന്ന് നഗരക്കാഴ്ചകൾ അയവെട്ടാം. തറനിരപ്പിനറ്റത്തേക്ക് നടന്ന് താഴത്തെ താഴ്വരക്കാഴ്ചകൾ കാണാം. പർവതനിരകളുടെ മനോഹരദൃശ്യം. കാഞ്ചൻജംഗയും മറ്റ് മഞ്ഞുമൂടിയ ഹിമാലയൻ കൊടുമുടികളും.

വക്കുകളിലെ വേലിക്കെട്ടിനോട് ചേർന്ന് നിരനിരയായി ടെലസ്കോപ്പുകൾ. ചെറിയ കാശിന് വിദൂരദർശനം. കൊടുമുടികളെ തൊട്ടടുത്തെന്നപോലെ കാണാം. താഴ്വരക്കാഴ്ചകൾ. നഗരഭംഗി. ടീസ്റ്റാനദിയുടെ സമീപദൃശ്യം. തട്ടുതട്ടായിക്കിടക്കുന്ന തേയിലത്തോട്ടങ്ങളുടെ ഹരിതകാന്തി. അങ്ങിനെ എല്ലാമെല്ലാം. കൂട്ടത്തിൽ ചിലർ കാശുകൊടുത്ത് ദൂരദർശിനിക്കാഴ്ചകളിൽ മുഴുകി. മറ്റു ചിലർ വിലപേശലിൽ തീർപ്പാവാതെ പിറുപിറുത്ത് പിന്മാറിനിന്ന് വെറുംകണ്ണിൽ കാഴ്ചകണ്ട് തൃപ്തരായി.

സുഹൃത്തിന്റെ ക്യാമറയുടെ കാചക്കണ്ണുകൾ ചിമ്മിയും തുറന്നും സഞ്ചാരവഴികൾ ഒപ്പിയെടുക്കുന്നു. പകർത്തപ്പെട്ടതൊക്കെ എഡിറ്റു ചെയ്ത് വിവരണങ്ങളും പശ്ചാത്തലസംഗീതവും ചേർത്ത് യാത്രാഫി

ലിമാക്കി യു-ട്യൂബിൽ കയറ്റാനുള്ള പരിപാടിയാണ്. മാൾറോഡും മഹാകാൽ ക്ഷേത്രത്തിലെ ജാത്രാനാടകവും സൂര്യോദയവും എല്ലാം നിഷ്ഠയോടെ പകർത്തിയിട്ടുണ്ട്. കൈയിലുള്ളത് നവീനസംവിധാനമുള്ള വില പിടിച്ച മുന്തിയ ക്യാമറ.

വണ്ടി ചൂളം വിളിച്ചപ്പോൾ ആളുകൾ കയറിക്കൂടാൻ തിടുക്കപ്പെട്ടു. കൈവീശലും ആരവങ്ങളുമായി ഡാർജിലിങ് സ്റ്റേഷനിലേക്കുള്ള മടക്കയാത്രയാണ്. നഗരത്തെരുവിലൂടെ. വാഹനങ്ങളോടും കാൽനടക്കാരോടും മുട്ടിയുരുമ്മി.

കമ്പാർട്ടുമെന്റിൽ കൂടെയുണ്ടായിരുന്ന തെലുഗുകുടുംബത്തിലെ കുട്ടികൾ പുറത്തേക്ക് കൈവീശി ആർത്തുവിളിക്കയാണ്. ബലൂണുകൾ ഊതിവീർപ്പിച്ച് പറത്തിയും കടലാസുകഷണങ്ങൾ നുറുക്കിയെറിഞ്ഞും വഴിയാത്രക്കാരോട് കൗതുകം പങ്കുവയ്ക്കയാണവർ. ഒരു പഴക്കടയ്ക്കു മുന്നിലൂടെ കടന്നുപോയപ്പോൾ അവരിൽ മുതിർന്ന കുട്ടി കടക്കാരനോട് ഓറഞ്ച് ആവശ്യപ്പെട്ടു. തൂക്കിക്കെട്ടിയൊരുക്കി വച്ചിരുന്ന ഓറഞ്ചുപൊതി വണ്ടിയോടൊപ്പം പാഞ്ഞ് കൊടുത്ത് കാശുവാങ്ങി കടക്കാരൻ തിരിച്ചു പോയി. പാളത്തിനു സമാന്തരമായി തൊട്ടുരുമ്മിപ്പോകുന്ന റോഡിലെ ബൈക്ക് യാത്രക്കാർ വണ്ടിയോട് ചേർന്ന് സഞ്ചരിച്ച് ഞങ്ങളോട് ലോഗ്യം കൂടി.

ഡാർജിലിങിന്റെ പ്രകൃതിയും ജീവിതവും ഏതാണ്ട് മുഴുവനായി കണ്ട പ്രതീതി. ആനന്ദദായിയായ സഫലനിമിഷങ്ങൾ.

ഡാർജിലിങ് സ്റ്റേഷനിൽ തിരിച്ചിറങ്ങിയപ്പോൾ ഉച്ചവെയിലിൽ വെട്ടിത്തിളങ്ങുകയാണ് കാഞ്ചൻജംഗയുടെ വജ്രശിഖരങ്ങൾ.

●

5

നേരറിവുകളുടെ രുചിക്കൂട്ടുകൾ

ഡാർജിലിങ്നഗരം രാത്രികാഴ്ച

സാംഗ്‌റ്റൻ ചോളിങ് ബുദ്ധവിഹാരം

ടെൻസിങ്-ഗോമ്പു റോക്ക് മെമ്മോറിയൽ

പദ്മജ നായിഡു ഹിമാലയൻ സുവോളജിക്കൽ പാർക്ക്

തീവണ്ടിയിലെ ഉല്ലാസയാത്ര കഴിഞ്ഞ് എത്തിയത് സാംറ്റൻ ചോളിങ് ബുദ്ധവിഹാരത്തിലാണ്. വജ്രയാനബുദ്ധമതത്തിലെ 'ഗെലുക്പ' വിഭാഗത്തിൽപ്പെട്ടത്. 'ഡ്രോമോ ഗെഷെ റിൻപോച്ചെ' രണ്ടാമന്റെ ഇരിപ്പിടം. ആയിരത്തി എണ്ണൂറ്റി എഴുപത്തഞ്ചിൽ ലാമ 'ഷെറാബ് ഗ്യാറ്റ്സോ' ആണത്രേ ഇത് നിർമ്മിച്ചത്. ബുദ്ധമതവുമായി ബന്ധപ്പെട്ട അപൂർവ ഗ്രന്ഥങ്ങളുടെ സമൃദ്ധശേഖരമുള്ള മഠം.

നഗരത്തിനു നടുവിലെ പ്രശാന്തമായ ദേവാലയം. റോഡിൽനിന്നു താഴെക്കിറങ്ങുന്ന തട്ടിൽ നിരവധി കെട്ടിടങ്ങൾക്കിടയിൽ. പടിയിറങ്ങി എത്തുന്നത് ധ്വജസ്തംഭത്തിനു മുന്നിൽ. അടിമുതൽ മുടിവരെ ചേർത്തു കെട്ടിയ വീതികുറഞ്ഞ നീളൻ കൊടിക്കൂറ. അതിൽ നിറയെ ബുദ്ധസൂക്തങ്ങളും മന്ത്രങ്ങളും കമനീയമായി കുനുകുനാ എഴുതിവച്ചിരിക്കുന്നു. കോൺക്രീറ്റ് ചെയ്ത വിശാലമായ മുറ്റം. നടുവിലായി പ്രധാനമന്ദിരം. ലളിതവും കമനീയവുമായ ഇരുനിലക്കെട്ടിടം. ചുറ്റിലും ഒറ്റനിലയുള്ള കെട്ടിടങ്ങൾ.

മതിലിനോടു ചേർന്ന് ഒരരുകിൽ ഈർച്ചവാളുകൊണ്ട് വിറക് കീറിക്കൊണ്ടിരിക്കുന്ന ഒരു കൊച്ചുസന്യാസിബാലനെയാണ് ആദ്യം കണ്ടത്. ഞങ്ങളെ കണ്ടപാടെ ആശാൻ പണി നിർത്തി ഓടിക്കളഞ്ഞു. അഞ്ചാറ് സന്ദർശകരല്ലാതെ മറ്റാരുമില്ല.

പ്രധാനമന്ദിരത്തിനകത്തേക്കു കടന്നു. കയറിച്ചെല്ലുന്ന ഇടനാഴിക്കിരുവശവും ബുദ്ധാരാധനയുമായി ബന്ധപ്പെട്ട കരകൗശലവസ്തുക്കളുടെ ചെറുവിൽപ്പനശാല. വിൽപ്പനക്കാരായി ഒന്നുരണ്ടു പേർ അവിടെയിരിപ്പുണ്ട്. ചിലതൊക്കെ എടുത്തുനോക്കി. വലിയ വില.

നേരെ മുന്നിലുള്ള വാതിൽ കടന്നകത്തു ചെന്നാൽ ഉള്ളിൽ പതിനഞ്ചടി ഉയരത്തിലുള്ള കമനീയ ബുദ്ധവിഗ്രഹം. ധ്യാനബുദ്ധൻ. ദിവ്യമായ അന്തരീക്ഷം. അരണ്ട വെളിച്ചം. നിശ്ശബ്ദത. ആ മുഖപ്രസാദത്തിൽനിന്ന് എന്തെല്ലാമാണ് നമ്മിലേക്ക് പൊഴിയുന്നത്.

"മറ്റാർക്കെങ്കിലും വേണ്ടി നിങ്ങൾ ഒരു വിളക്ക് കൊളുത്തിയാൽ നിങ്ങളുടെ പാതകൂടി അത് പ്രകാശമാനമാക്കും."

"ജീവിതസംതൃപ്തിയാണ് ജീവിതവിജയത്തേക്കാൾ പ്രധാനം.

വിജയം അളക്കുക മറ്റുള്ളവരാണ്. സംതൃപ്തിയാവട്ടെ സ്വയവും."

"പാത്രം നിറയുന്നത് തുള്ളികളായാണ്."

"ക്ഷമയാണ് ഏറ്റവും വലിയ പ്രാർഥന."

"ഇന്നലെകളെ ഓർത്തോ നാളെയെ സ്വപ്നം കണ്ടോ അല്ല ജീവിക്കേണ്ടത്. ഇന്നിനെ വ്യക്തമായി അറിയുക."

ലോകത്തിന്റെ ദുഃഖശാന്തിക്കായി തെളിഞ്ഞ ബോധധാരയുടെ താത്വികകിരണങ്ങൾ. അകത്തു കടന്ന് വിഗ്രഹത്തിനു മുന്നിലെ മണികളിൽ വിരലോടിച്ചു. കണ്ണടച്ച് കൈകൂപ്പി. അകതാരിൽ കാരുണ്യത്തിന്റെ മഹാസമുദ്രം. ആത്മാവിൽ ശാന്തിയുടെ മഹാപ്രകാശം.

മുറ്റത്തിനപ്പുറം സന്യാസിമാരുടെ താമസസ്ഥലവും അടുക്കളയും മറ്റുമാണ്. അതിന്റെ വലത്തെ മൂലയിൽ പുറത്തിട്ടിരിക്കുന്ന മേശക്കു ചുറ്റും കസേരകളിൽ അഞ്ചാറ് കുഞ്ഞുസന്യാസിമാർ. എന്തൊ ചില കേളികളിലാണ്. പിറകിൽ ചെറിയൊരു കൂൾബാർ. ഞങ്ങൾ ഓറഞ്ചു ജൂസിന് പറഞ്ഞപ്പോൾ കുട്ടികൾ അകത്തേക്കോടിപ്പോയി. കുറേനേരം കാത്തിരുന്നിട്ടും ജൂസുമില്ല ആളുമില്ല. എഴുന്നേറ്റ് തിരിച്ചു നടന്നു. വലിയ വാളങ്ങ പോലുള്ള ഏതോ ഫലത്തിന്റെ തോട് ഉണക്കിയത് ചുമരിനോടു ചേർത്ത് ചാരിവച്ചിരിക്കുന്നു. വാളുകൾ നിരത്തിവച്ചതുപോലെ. അവയ്ക്ക് കാവൽക്കാരനെന്ന മട്ടിൽ അടുത്ത് സുഖനിദ്രകൊള്ളുന്ന ഒരു നായ.

ബുദ്ധവിഹാരത്തിൽ നിന്നു മടങ്ങവെ കണ്ടത് ടെൻസിങ്-ഗോമ്പു റോക്ക് മെമ്മോറിയൽ. ലെബോങ്കാർട്ട് റോഡിനോട് ചേർന്നുകൊണ്ട്. ആയിരത്തി തൊള്ളായിരത്തി അമ്പത്തിമൂന്നിൽ എഡ്മണ്ട് ഹില രിയോടൊപ്പം ആദ്യമായി എവറസ്റ്റ് കീഴടക്കിയ പ്രശസ്തനായ ടെൻസിങ് നോർഗെയുടെ പേരിലാണ് കൂറ്റൻ പാറ. അതിന് അഭിമുഖമായി റോഡിനപ്പുറത്ത് മലയോട് ചേർന്ന് ഗോംബു റോക്ക്. ടെൻസിങിന്റെ അനന്തരവനായ നവാങ് ഗോംബുവിന്റെ പേരിൽ.

അധികം ഉയരമില്ലാത്ത കുത്തനെയുള്ള പാറകൾ. റോഡിനിപ്പുറം ഒറ്റപ്പെട്ട് തലയുയർത്തി നിൽക്കുന്ന ടെൻസിങ് റോക്കിന്റെ ചെരിവ് താഴ്വരയിലേക്ക് ഇറങ്ങിനില്പാണ്. വേണമെങ്കിൽ കയറിൽപ്പിടിച്ച് പാറയിൽ ചെറിയൊരു മലകയറ്റമാവാം. അതിനുള്ള ഏർപ്പാടുകളും സഹായികളും അവിടെയുണ്ട്.

ഞങ്ങൾ രണ്ടുമൂന്നു പേർ പാറമുകളിലേക്ക് വലിഞ്ഞുകയറി. മുകളിൽ നിവർന്നുനിന്നപ്പോൾ ഓരോരുത്തരും എവറസ്റ്റു കയറിയ ടെൻസിങായി. നേരത്തെക്കണ്ട അതേ താഴ്‌വരക്കാഴ്ചകൾ മറ്റൊരു വിതാനത്തിൽ കണ്ടപ്പോഴുള്ള ആഹ്ലാദം. കയറാൻ ഒരുവിധം പറ്റും. ഇറങ്ങാനാണ് പാട്. പറ്റിപ്പിടിച്ചും പൊത്തിപ്പിടിച്ചും താഴെയിറങ്ങി.

തിരിച്ചുള്ള നടപ്പാതയ്ക്ക് ഇരുവശങ്ങളിൽ നിരനിരയായി കൊച്ചുതട്ടുകടകൾ. വിവിധയിനം ചായപ്പൊടികളും ഇലച്ചായയും വാങ്ങാം. വില കുറവ്. ഡാർജിലിങ്ങിലെ ഇലച്ചായ ലോകപ്രസിദ്ധമാണ്. കമ്പനി ബ്രാൻഡ് ഇനങ്ങളും അല്ലാത്തവയുമുണ്ട്.

മലഞ്ചെരിവുകളിൽ തട്ടുതട്ടായിഷിടിടഫുന്ന മൃഗശാലയ്ക്ക് മുന്നിൽ വന്നിറങ്ങുമ്പോൾ കണ്ടത് നിറയെ വലിയ ചിത്രഫലകങ്ങൾകൊണ്ട് അലങ്കരിച്ച മതിൽക്കെട്ടാണ്. വന്യജീവിതത്തിന്റെ ചാരുത പകർത്തിയ വർണപടങ്ങൾ.

കവാടം കടന്ന് അകത്തെത്തിയപ്പോൾ മരഛായകളുടെ കുളിർമ്മ... കിളികളുടെ കളനാദങ്ങൾ... അകലെനിന്ന് മൃഗച്ചൂരുള്ള കാറ്റ്... താഴ്‌വരകളിലെ വെയിൽക്കാഴ്ചകൾ...

'പദ്മജ നായിഡു ഹിമാലയൻ സുവോളജിക്കൽ പാർക്ക്.' ആയിരത്തി തൊള്ളായിരത്തി അമ്പത്തെട്ടിൽ സ്ഥാപിച്ചത്. ഇന്ത്യയിലെ ഏറ്റവും ഉയരത്തിലുള്ള വലിയ മൃഗശാല. 'സെൻട്രൽ സൂ അതോറിറ്റി ഓഫ് ഇന്ത്യ'യുടെ 'റെഡ് പാണ്ട പ്രോഗ്രാ'മിന്റെ കേന്ദ്രം. 'വേൾഡ് അസോസിയേഷൻ ഓഫ് സൂസ് ആൻഡ് അക്വേറിയം' അംഗം.

ആൽപൈൻ ആവാസസ്ഥിതിയോട് പൊരുത്തപ്പെടുന്ന മൃഗങ്ങളാണ് ഇതിൽ കൂടുതലുള്ളതത്രേ. ഹിമപ്പുള്ളിപ്പുലി (Snow Leopard), വംശനാശഭീഷണി നേരിടുന്ന ചുവന്ന പാണ്ട (Red Panda), ഹിമാലയൻ ചെന്നായ (Himalayan wolf) എന്നിവയാണ് പ്രധാനം.

ഹിമപ്പുള്ളിപ്പുലികൾക്കും ചുവന്ന പാണ്ടകൾക്കുമായി 'ഓഫ്ഡിസ്പ്ലേ ബ്രീഡിംഗ് സെന്റർ' ഇവിടെയുണ്ട്. സൂറിച്ച്, യുണൈറ്റഡ് സ്റ്റേറ്റ്സ്, ലേ-ലഡാക്ക് എന്നിവിടങ്ങളിൽ നിന്ന് കൊണ്ടുവന്ന ഹിമപ്പുള്ളിപ്പുലികളുടെ പ്രജനനം ഇവിടെ ആരംഭിച്ചത് ആയിരത്തി തൊള്ളായിരത്തി എൺപത്തിമൂന്നിലാണ്. കൊളോൺ മൃഗശാല, മാഡ്രിഡ് മൃഗശാല, ബെൽജിയം, റോട്ടർഡാം മൃഗശാല എന്നിവിടങ്ങളിൽനിന്ന് കൊണ്ടുവന്ന ചുവന്ന പാണ്ടയുടെ പ്രജനനം ആയിരത്തി തൊള്ളായി

രത്തി തൊണ്ണൂറ്റിനാലിൽ. ഇവയ്ക്ക് പുറമേ ഹിമാലയൻ തഹർ, നീല ആടുകൾ, ഹിമാലയൻ മോണൽ, ഗ്രേ മയിൽ ഫെസന്റ്, ഹിമാലയൻ സലാമാണ്ടർ, ബ്ലഡ് ഫെസന്റ്, സത്യർ ട്രാഗോപാൻ എന്നിവയും.

റെഡ് പാണ്ട സങ്കേതത്തിനു മുന്നിലെത്തി. വേലിക്കെട്ടിനകത്ത് തൊട്ടുമുന്നിലെ മരക്കൊമ്പിൽ വലിയൊരു പാണ്ടക്കുട്ടൻ. ആരോ എറിഞ്ഞുകൊടുത്ത ആപ്പിൾ ശാപ്പിട്ടുകൊണ്ടിരിക്കയാണ്. ചുവപ്പുനിറം കൂടിയ ബഹുവർണക്കോട്ടിട്ടതുപോലെ. ഇടതൂർന്ന പരുക്കൻ രോമങ്ങൾ. ഇരുണ്ട തവിട്ട് നിറത്തിലുള്ള വയറും കാലുകളും. കരിമഷിയിട്ടതുപോലെ കറുത്ത കണ്ണുകൾ. കട്ടികൂടിയ വെളുത്ത പുരികങ്ങൾ. വെള്ളരോമങ്ങൾ നിറഞ്ഞ മുഖം. കണ്ണുകളുടെ വശക്കോണുകൾ മുതൽ വായവരെ ചുവന്ന മഷിയടയാളം. കറുത്തചുട്ടി വച്ചതുപോലുള്ള മൂക്കറ്റം. വെളുത്ത്നീണ്ട മീശരോമങ്ങൾ. ചെവി നിറയെ വെളുത്ത രോമങ്ങളാണ്. നടുക്ക് ചുവപ്പുനിറവും. തടിച്ച വാല്. അതിൽ വളയങ്ങൾപോലെ ചുവപ്പ്നിറം. മുൾപ്പടർപ്പുപോലെ രോമങ്ങൾ എഴുന്നുനിൽക്കുന്ന അറ്റം കടുംതവിട്ട് നിറത്തിൽ. ആപ്പിൾ തിന്നുതീർന്നപ്പോൾ ഞങ്ങളെ ഒന്നു നോക്കി മൂപ്പർ അടുത്ത കൊമ്പിലേക്ക് നടന്നുകയറി.

അപ്പുറത്തെ തുറസ്സിലെ മരച്ചുവട്ടിൽ ഒരു ഹിമപ്പുള്ളിപ്പുലി ഞങ്ങളെ സൂക്ഷിച്ചുനോക്കിക്കൊണ്ട് നിലംപറ്റിക്കിടപ്പാണ്. അടുത്തെത്തിയപ്പോൾ ആശാനൊന്ന് അമറി. ഇളം തവിട്ട് നിറത്തിൽ മനോഹരമായ പാറ്റേണിൽ ക്രമപ്പെടുത്തിയ കടുംതവിട്ട് പുള്ളികൾ. പൂച്ചയുടേതുപോലുള്ള മുഖം. കണ്ണും മൂക്കും മീശകളും മാർജാരസമാനം തന്നെ. അർധവൃത്താകൃതിയിൽ ചെറിയ ചെവികൾ. ശരീരംനിറയെ എഴുന്നുനിൽക്കുന്ന ഇടതൂർന്ന രോമങ്ങൾ. നീണ്ട് കട്ടികൂടിയ രോമാവൃതമായ വാല്. കൈ കാലുകൾക്കടിയിൽ പഞ്ഞിക്കെട്ടുപോലെ രോമങ്ങൾ. 'കണ്ടു കഴിഞ്ഞില്ലേ, എന്നാൽ പോയിക്കൂടെ' എന്ന മട്ടിൽ വിദ്വാൻ എഴുന്നേറ്റ് പിന്നിലേക്ക് നടന്നു. വലിയൊരു പൂച്ച പതുക്കെ അടിവച്ച് നടന്നുപോകുന്നതുപോലെ.

ഹിമാലയൻ ചെന്നായകളുടെ സങ്കേതത്തിലെത്തിയപ്പോൾ ആളില്ല. കുറച്ചവിടെ കാത്തുനിന്നു. അതാ കൂട്ടിൽനിന്ന് ഒന്ന് ഇറങ്ങിവരുന്നു. പതുക്കെ ഞങ്ങൾക്കു മുന്നിലിരുന്നു. പിന്നാലെ വേറെ രണ്ടുമൂന്നെണ്ണവും. മുഖവും കൈകാലുകളും വാലും സാധാരണ ചെന്നായയുടേതുപോലെത്തന്നെ. ശരീരമാകെ ചെമ്മരിയാടിനെപോലെ രോമാവൃതം. വാലിലും മുതുകിലും മങ്ങിയ തവിട്ട് നിറം. മുഖവും വയറും കൈകാലുകളും മഞ്ഞകലർന്ന വെളുപ്പും. ചെവികളിലും കണ്ണുകൾക്ക് താഴെയും കവിളിന് മുകളിലും അടുത്തടുത്തായി കറുത്ത പാടുകൾ. മറ്റു

ചെന്നായകളെക്കാൾ വലുപ്പം തോന്നുന്നു.

സമതലങ്ങളിലെ മൃഗശാലകൾ കണ്ടു പരിചയിച്ച നമുക്ക് തട്ടുതട്ടായുള്ള മൃഗശാലയും പരിസരവും 'ക്ഷ' പിടിക്കും. ഇടയിലെ പാർക്കുകളും കേളീസ്ഥലങ്ങളും ഉഷാർ.

ഡാർജിലിങ്ങിലെ പരമ്പരാഗത വേഷം കെട്ടി ഫോട്ടോയെടുക്കുന്നവർ... ചെറിയ അരുവിക്കു മുകളിൽ ഉയർത്തിക്കെട്ടിയ കയറിലൂടെ ബാലൻസ് പിടിച്ച് നടന്നുപോകുന്നവർ...നടപ്പാതയോരത്തിട്ടിരിക്കുന്ന ചാരുബഞ്ചുകളിലിരുന്ന് പരിസരവീക്ഷണം നടത്തുന്നവർ...

കാഴ്ചകളിൽ മുഴുകി നടക്കുമ്പോൾ ഉത്തരം കിട്ടാത്ത ഒരു ചോദ്യം മനസ്സിൽ കിടന്നുപുളഞ്ഞു. Darjiling Zoo എന്നായിരുന്നു ഈ മൃഗശാലയുടെ പേര്. ആയിരത്തി തൊള്ളായിരത്തി എഴുപത്തഞ്ചിൽ അന്നത്തെ പ്രധാനമന്ത്രിയായിരുന്ന ഇന്ദിരാഗാന്ധി അതുമാറ്റി പദ്മജ നായഡുവിന്റെ പേരിട്ടു.

പദ്മജ നായഡു. സരോജിനി നായഡുവിന്റെ മകൾ. 'ക്വിറ്റ് ഇന്ത്യ' സമരനായിക. പശ്ചിമ ബംഗാളിലെ അഞ്ചാമത്തെ ഗവർണർ.

മൃഗശാലയുടെ പേരുമാറ്റത്തിന് എന്താവും കാരണം!!??.. ബംഗാളിൽ അവരുടെ പേരിടാൻ ഒരു മൃഗശാലയേ കിട്ടിയുള്ളോ??!!... ചില ചോദ്യങ്ങൾ അങ്ങനെയാണ്. ഉത്തരം അതിന് ചുറ്റിലുമായി കറങ്ങി നടപ്പുണ്ടാവും. ജവഹർലാൽ നഹ്റുവിന് പദ്മജ നായഡുവിനോടുണ്ടായിരുന്ന അടുപ്പം!.. അതിനാൽത്തന്നെ ഇന്ദിരാഗാന്ധിക്ക് അവരോടുണ്ടായിരുന്ന നീരസം!..

മറയ്ക്കാൻ ശ്രമിക്കുന്ന പലതും ചരിത്രത്തിൽത്തറയ്ക്കുന്ന മുള്ളുകളായി സത്യത്തിനു നേരെ ചൂണ്ടിനിൽക്കുന്നുണ്ടാവും. കാണാനാവില്ലെങ്കിലും പറയാനാവില്ലെങ്കിലും ഒന്നും ഒളിക്കാനാവില്ല!!! "You can manipulate and distort the truth or hide it. But at some point the truth will be known. It is sustainable."

ഡാർജിലിങ്ങിലെ അവസാനസായാഹ്നം. മാൾറോഡിലെ ഒരു റസ്റ്റോറന്റ്. തീൻമുറിയുടെ നടുക്കിട്ടിരിക്കുന്ന വലിയ മൂന്നു മേശകൾ. ഇരിക്കാൻ ചെറു സ്റ്റൂളുകളും. ചില്ലുപാളികളിലൂടെ ഇടതുവശത്ത് താഴ്വരക്കാഴ്ചകൾ. വലതുവശത്ത് തെരുവോരക്കാഴ്ചകൾ. മുന്നിൽ അറ്റത്ത് ഭക്ഷണം നിരത്തിവച്ചിരിക്കുന്നു. ഡാർജിലിങ്ങിന്റെ പ്രാദേശികവിഭവങ്ങൾ മാത്രം. ഒരു നിശ്ചിത തുക അടച്ച് ബില്ലു വാങ്ങിയാൽ ഇഷ്ടമുള്ള ഭക്ഷണം

ആവശ്യത്തിന് എടുത്ത് കഴിക്കാം.

മുന്നൂറ് രൂപ അടച്ചു. പ്ലേറ്റിൽ വിഭവങ്ങൾ ഓരോന്നായി എടുത്തുവച്ചു. 'മൊമോസ്' - അരിമാവ് കുഴച്ചു പരത്തി അതിൽ ഉരുളക്കിഴങ്ങും മറ്റു പച്ചക്കറികളും നിറച്ച് ഉരുട്ടിയെടുത്ത് ആവിയിൽ വേവിച്ചെടുക്കുന്ന ലഘുഭക്ഷണം. ഏതാണ്ട് നമ്മുടെ ബോണ്ടപോലെ. ചേർത്തു കഴിക്കാൻ വീട്ടിലുണ്ടാക്കിയ തക്കാളി സോസ്.

'ആലു മിമി' - മസാലകൾ ചേർത്ത് ആവിയിൽ വേവിച്ച 'ആലു ഡോം' എന്ന ഉരുളക്കിഴങ്ങു കറി. മീതെ തൽക്ഷണമുണ്ടാക്കിയ 'വായ് വൈ മിമി' എന്ന നൂഡിൽസ് വിതറിയത്.

'സെൽറൊട്ടി' - അരിമാവിൽ പാലും എണ്ണയും വെണ്ണയും സുഗന്ധദ്രവ്യങ്ങളും പഞ്ചസാരയും പഴവും ചേർത്തുണ്ടാക്കിയ മാവു കൊണ്ട് വളയുടെ ആകൃതിയിൽ നെയ്യിൽ പൊരിച്ചെടുത്തത്.

'തുക്പ' - മുട്ടയും പച്ചക്കറികളും ഉപയോഗിച്ചുണ്ടാക്കിയ ഗൃഹ നിർമ്മിത നൂഡിൽ സൂപ്പ്. പാലൊഴിക്കാത്ത മധുരമിടാത്ത വെണ്ണയിട്ട ഡാർജിലിങ് ഇലച്ചായ.

അപൂർവമായ വിഭവങ്ങൾ നിറഞ്ഞ തീൻതളികയാണ് കൈയിൽ. ഡാർജിലിങിന്റെ രുചിക്കൂട്ട്. എല്ലാരും വലിയ മേശക്കുചുറ്റും വട്ടത്തിലിരുന്നു. വിഭവങ്ങളുടെ രുചിവിശേഷം പറഞ്ഞും യാത്രാനുഭവങ്ങൾ പങ്കിട്ടും വെടിവട്ടത്തോടു കൂടിയ തീറ്റി. സ്വാദേറിയ ഭക്ഷ്യപേയങ്ങൾ.

എനിക്ക് എതിർവശത്തിരിക്കുന്ന റിട്ടയർഡ് അധ്യാപകൻ സംസാരങ്ങളിലൊന്നും കൂട്ടുകൂടാതെ സുസ്മേരവദനനായി പതുക്കെപ്പതുക്കെ 'തുക്പ' നുണഞ്ഞുകുടിക്കയാണ്. തീർന്നശേഷം ടിഷ്യു പേപ്പർ കൊണ്ട് ചുണ്ടുകൾ തുടച്ചു. ഒന്നുരണ്ടുതവണ ചുണ്ടു കൂർപ്പിച്ച് ഉള്ളിലേക്ക് ഊതിവലിച്ചു. പിന്നെ വലതുകൈയുടെ തള്ളവിരലും ചൂണ്ടുവിരലും കൂട്ടിപ്പിടിച്ച് 'മൊമോസ്' മുറിച്ച് തക്കാളിസോസിൽ മുക്കി വടിച്ചെടുത്ത് ചുണ്ടുതൊടാതെ വായ്ക്കകത്തിട്ടു. മുന്നിലുള്ളവരെ നോക്കി പുഞ്ചിരിച്ചും കൺപുരികങ്ങൾ മേലോട്ട് വളച്ച് മുഖമിളക്കി വിഭവകേമത്തത്തിന്റെ കൈമുദ്ര കാട്ടിയുമാണ് ചവച്ചിറക്കി കഴിക്കുന്നത്. അതിനിടയിൽ ഇടം കൈയിലെ സ്പൂണുകൊണ്ട് 'ആലു ഡോം' കോരിക്കുടിക്കുന്നു. ലവലേശം അവശിഷ്ടം ബാക്കിവയ്ക്കാതെ തീൻപാത്രങ്ങളെല്ലാം വൃത്തിയായി കാലിയാക്കി. പിന്നീട് പുറത്തേക്ക് കണ്ണയച്ച് ഇലച്ചായ ഊതിയൂതി കുടിക്കാൻ തുടങ്ങി. ഇടയിൽ 'സെൽ റൊട്ടി' കറുമുറാ കടിച്ചുതിന്നുമ്പോൾ കട്ടിമീശ തടവിക്കൊണ്ടിരിക്കും.

മാഷുടെ ഭക്ഷണസേവ കണ്ട് രസിച്ചും വെടിവട്ടത്തിൽ പങ്കുചേർന്നും വിഭവങ്ങൾ ഓരോന്ന് മാറിമാറി കഴിക്കുമ്പോൾ രുചിമുകുളങ്ങൾക്ക് പുതിയ അനുഭൂതി. വയറും മനസ്സും നിറഞ്ഞു. ചിലർ വിളമ്പുകാരോട് ഓരോന്നിന്റെയും ചേരുവകളും പാചകവിധിയും ചോദിച്ചറിയുന്നുണ്ട്. ചിലർ കൊടുത്ത കാശ് മുതലാക്കാമെന്നു പറഞ്ഞ് വീണ്ടും വീണ്ടും വിളമ്പിത്തിന്നുകയാണ്.

തീറ്റ കഴിഞ്ഞ ചിലർ കൗണ്ടറിനോട് ചേർന്നുള്ള അലമാരകളിൽ നിരത്തിവച്ച പാക്കറ്റ് വിഭവങ്ങൾ വാങ്ങിക്കൂട്ടുന്നു. ഒന്നുരണ്ടു പേർ നിറഞ്ഞ വയറുമായി വിമ്മിട്ടപ്പെട്ട് അങ്ങോട്ടുമിങ്ങോട്ടും നടക്കുന്നു. വേറൊരാൾക്ക് ഒരു വിഭവവും പിടിച്ചിട്ടില്ല. അയാൾ പിറുപിറുത്തുകൊണ്ട് പല്ലിട തോണ്ടുന്നു. വിഭവങ്ങൾ ക്യാമറയിൽ പകർത്തുന്ന തിരക്കിലാണ് സുഹൃത്ത്.

പുറത്തേക്കിറങ്ങി മാറിനിന്നു. നിറഞ്ഞൊഴുകുന്ന തെരുവുകൾ... ശബ്ദമുഖരിതമായ വീഥികൾ... വർണ്ണവിളക്കുകളുടെ പ്രകാശധോരണി... നഗരസഞ്ചാരത്തിന്റെ തുടിപ്പുകൾ... തണുപ്പുകാറ്റിന്റെ നേർത്ത തലോടലുകൾ...

മാൾറോഡിലെ രാത്രിസവാരിക്കിടയിൽ എല്ലാരും ആവശ്യത്തിനുള്ള വാങ്ങിക്കൂട്ടൽ നടത്തി. തണുപ്പുവസ്ത്രങ്ങളും കരകൗശലവസ്തുക്കളും വിവിധതരം ചായയുത്പന്നങ്ങളും. നാടൻ ആയുർവേദ മരുന്നുകളും സൗന്ദര്യവർധകവസ്തുക്കളും. വേണ്ടിയിട്ടോ വേണ്ടാതെയോ! പേശലിൽ സമർഥരായവർക്ക് വില കുറച്ചു കിട്ടി. പറഞ്ഞ വിലകൊടുത്തു വാങ്ങിയവർ സംഗതി ആരോടും മിണ്ടിയില്ല. ഒന്നുരണ്ടു പേർ ഒന്നും വാങ്ങാതെ വെറുതെ വില ചോദിച്ചു മടങ്ങി. സുഹൃത്ത് അണ പൈ വിടാതെ കണക്കുകളെല്ലാം എഴുതിവയ്ക്കുന്നു. കൂട്ടിയും കുറച്ചും ഹരിച്ചും പെരുക്കിയും അയാൾ തന്റെ പെഴ്സിന്റെ കൃത്യതയിൽ സംതൃപ്തനായി.

ഹോട്ടൽമുറിയുടെ ജാലകപ്പടിക്കരികെ പുറത്തേക്കു നോക്കിയിരുന്നു. മനസ്സിൽ പകൽക്കാഴ്ചകളിലെ സ്മൃതിരൂപങ്ങളുടെ വർണാഭമായ കൊളാഷ്ചിത്രങ്ങൾ. ഒന്നുരണ്ടു ദിവസം വന്നുകണ്ടു പോകാനുള്ള കാഴ്ചപ്പണ്ടമല്ല ഡാർജിലിങ്. ദിവസങ്ങളോളം വന്നുതാമസിച്ച് അനുഭവിക്കാനുള്ളതാണ്.

അസുലഭവും അപ്രമേയവുമായ ആനന്ദാനുഭൂതി പകരുന്ന കാഞ്ചൻ ജംഗയിലെ സൂര്യോദയചാരുതയിൽ വിരിയുന്ന നവഭാവങ്ങൾ!.. അവി

ടത്തെ പ്രകൃതി!.. ജീവിതം!.. കലകൾ!.. സുഖാനുഭവനിർവൃതികൾ!.. രുചിക്കൂട്ടുകൾ!... ചിന്തകളിൽ പൊട്ടിമുളയ്ക്കുന്ന നവമുകുളങ്ങൾ!..

പ്രകൃതിയുടെ വിസ്മയാവഹമായ ലേ-ഔട്ട്... സഞ്ചാരത്തിന്റെ കാല്പനികത... സ്വപ്നസദൃശമായ കാഴ്ചകളുടെ വശ്യത... വേറിട്ട ജീവിതത്തിന്റെ വൃത്താലങ്കാരങ്ങൾ...

ജാലകച്ചില്ലിനപ്പുറം ഡാർജിലിങ്ങിന്റെ രാത്രിഭംഗി. താഴ്ന്നുതാഴ്ന്നു കിടക്കുന്ന തെരുവുകളുടെ ദീപജാലങ്ങൾ... ചുറ്റിലും ഇരുട്ടിൽത്തിളങ്ങുന്ന നഗരക്കാഴ്ച... റോഡിൽ വാഹനങ്ങളുടെ നീങ്ങിപ്പോവുന്ന വെളിച്ചം... നിശയുടെ നിശ്ശബ്ദതയിൽ ഇടക്കിടെ പൊങ്ങുന്ന അവ്യക്ത ശബ്ദങ്ങൾ... നിഴൽപ്പാവകളെപ്പോലെ തലയാട്ടിക്കൊണ്ട് അവിടവിടെ തലപൊക്കി നിൽക്കുന്ന പൈൻമരങ്ങൾ...

മേഘരഹിതമായ ആകാശത്ത് പൗർണമിയുടെ താഴികക്കുടം. ദൂരെ നിലാവിൽത്തിളങ്ങുന്ന കാഞ്ചൻജംഗയുടെ അലൗകികസൗന്ദര്യം.

●

6

ബ്രഹ്മകമലം വിടർന്നപ്പോൾ

മഹാത്മാഗാന്ധി മാൾ റോഡ്, ഗാങ്ടോക്

ഗാങ്ടോകിൽ എത്തുമ്പോഴേക്കും സന്ധ്യ കഴിഞ്ഞിരുന്നു. ഇരുട്ടിന്റെ കരിമ്പടം മൂടിനിൽക്കുന്ന മലനിരകൾ. വൈദ്യുതവെളിച്ചത്തിന്റെ വടിവിൽ വരച്ചിട്ട നഗരം. ഇളംകാറ്റിൽ തണുപ്പിന്റെ സൂചിക്കുത്ത്. ഡാർജിലിങിൽനിന്നുള്ള നീണ്ടയാത്ര. മലമടക്കുകളിലൂടെ. ചുരങ്ങൾ കയറിയും ഇറങ്ങിയും. സാധനസാമഗ്രികൾ ഹോട്ടൽമുറിയിൽവച്ച് മുഖം കഴുകി വസ്ത്രംമാറി പുറത്തിറങ്ങി. തിരക്കില്ലാത്ത റോഡിലൂടെ കൈവീശി നടക്കയാണ്.

ഗാങ്ടോക്. 'മലമുകളിൽ' എന്നർഥം. സമുദ്രനിരപ്പിൽനിന്ന് അയ്യായിരത്തി നാനൂറ്റിപ്പത്ത് അടി ഉയരത്തിലുള്ള പർവതനഗരം. സിക്കിമിന്റെ തലസ്ഥാനം. കിഴക്കൻ ഹിമാലയത്തിലെ ശിവാലിക് നിരയുടെ കൊമ്പത്തെ ഒരു ശിഖരം. പത്തൊമ്പതാം നൂറ്റാണ്ടിന്റെ പകുതിവരെ കുഗ്രാമമായിക്കിടന്ന കുന്നിൻപുറം. ആയിരത്തി എണ്ണൂറ്റി നാല്പതിൽ 'എഞ്ചേയ്' ബുദ്ധവിഹാരം സ്ഥാപിക്കുന്നതുവരെ. അതോടെ വികസിച്ച് ചെറുപട്ടണമായി മാറി.

'എഞ്ചേയ് മൊണാസ്ട്രി' എന്നാൽ 'ഏകാന്ത ആശ്രമം'. ലാമ ദ്രപ് തോബ് കാർപോ സ്ഥാപിച്ചത്. വജ്രായന ബുദ്ധമതത്തിലെ 'ന്യയിംഗ്മ' ക്രമത്തിൽ പെടുന്നത്. അവരുടെ രക്ഷോദേവതകളായ ഖാങ്ചെൻഡ് സോംഗയും യാബ്ദിയനും ഇവിടെ കുടിയിരിക്കുന്നത്രേ.

ബ്രിട്ടീഷുകാരുടെ കീഴിൽ സിക്കിം രാജാവായ 'തുടോംബ് നംഗ്യാൽ' ആയിരത്തി എണ്ണൂറ്റി തൊണ്ണൂറ്റിനാലിൽ ഇവിടം തന്റെ തലസ്ഥാനമാക്കിയതോടെ മട്ടുമാറി. രാജകീയതയുടെ ആളനക്കങ്ങളും ആർഭാടങ്ങളും നിറഞ്ഞ പർവതനഗരമായി. 'ചോഗ്യാൽ' എന്ന ബുദ്ധപുരോഹിതരാജാക്കന്മാരുടെ ഭരണം.

ആയിരത്തി തൊള്ളായിരത്തി നാൽപ്പത്തേഴിൽ ബ്രിട്ടീഷ് അധിനിവേശത്തിൽനിന്നുള്ള സ്വാതന്ത്ര്യം. ഇന്ത്യൻ യൂണിയനിൽ ലയിക്കാതെ സ്വതന്ത്രരാജ്യമായി. എങ്കിലും ഇന്ത്യയുടെ സംരക്ഷിതപദവി സ്വീകരിച്ചിരുന്നു. ആയിരത്തി തൊള്ളായിരത്തി എഴുപത്തിമൂന്നിൽ ചോഗ്യാലിന്റെ കൊട്ടാരത്തിനു മുന്നിൽ വലിയ രാജവിരുദ്ധകലാപം നടക്കുക

യുണ്ടായി. നോക്കിനിൽക്കാൻ ഇന്ത്യക്കു കഴിയുമായിരുന്നില്ല. നമ്മുടെ സൈന്യം ഗാങ്ടോക് നഗരം പിടിച്ചെടുത്തു. ജനഹിത പരിശോധനപ്രകാരം ആയിരത്തി തൊള്ളായിരത്തി എഴുപത്തഞ്ചിൽ ഇന്ത്യയുടെ ഇരുപത്തിരണ്ടാമത്തെ സംസ്ഥാനമായി സിക്കിം മാറി. ഗാങ്ടോക് അതിന്റെ തലസ്ഥാനനഗരമയും.

നേർത്ത ഇരുട്ടിൽ റോഡരികിലൂടെ പതുക്കെ നടന്നു. ആൾത്തിരക്കും വാഹനത്തിരക്കും കുറവാണ്. കാൽനടയാത്രക്കാർ ഇല്ലെന്നുതന്നെ പറയാം. പരദേശികളായ ഞങ്ങൾ കുറച്ചുപേർ മാത്രം. വലതുവശത്തെ തുറസ്സിലൂടെ ദൂരെ കാഞ്ചൻജംഗ കാണാം. ആകാശത്ത് മേഘസാഗര തിരകളിൽ പൊങ്ങിക്കിടക്കുന്ന വെള്ളാരൻകുന്ന്. നഗരത്തിന്റെ താഴ്വരക്കാഴ്ചകൾ. തലയുയർത്തിയാടുന്ന കോണിഫറസ്മരങ്ങൾ. കൂടെ പോപ്ലാറും ഓക്കും ബിർച്ചും.

നടന്നു കയറിയത് എം.ജി. മാൾറോഡിലാണ്. മഹാത്മാഗാന്ധി മാൾറോഡ്. നഗരഹൃദയം. സന്ദർശകരുടെ കൗതുകവീഥി. അതിമനോഹരമായ ഷോപ്പിങ് കേന്ദ്രം. ഓപ്പൺമാൾ. ഡാർജിലിങ്ങിലെപ്പോലെ തട്ടുതട്ടായല്ല. ഒറ്റനിരപ്പിൽ. പരന്നപ്രതലം. അലങ്കരിച്ച ടൈൽ പതിച്ച വീതികൂടിയ നിരത്ത്. അങ്ങോട്ടുമിങ്ങോട്ടും വേർതിരിച്ച് നടുവിൽ ഇരിപ്പിടങ്ങൾ. വാഹനങ്ങൾക്ക് അനുവാദമില്ല. രണ്ടറ്റങ്ങളിലും മികച്ച പാർക്കിങ് സൗകര്യങ്ങൾ. എത്തിച്ചേരാനും മറുഭാഗം പറ്റാനുമുള്ള പോക്കറ്റ് റോഡുകൾ. മറ്റു തെരുവുകളുമായി ബന്ധിപ്പിക്കുന്നവയും.

ഇരുവശത്തും ഷോപ്പിങ് കോംപ്ലക്സുകൾ, റെസ്റ്റോറന്റുകൾ, ഹോട്ടലുകൾ. എല്ലാവിധത്തിലുള്ള സാധനങ്ങളും ലഭിക്കുന്ന കടകൾ. തണൽമരങ്ങളും വിക്ടോറിയൻ വിളക്കുകാലുകളും. ശുചിത്വത്തിലും ഭംഗിയിലും കേമം. ഒരറ്റത്ത് ഗാന്ധിജിയുടെ പൂർണകായപ്രതിമ. നടുവിലൊരിടത്ത് അർധകായപ്രതിമയും. നിരത്തിന്റെ നടുവിലെ വേർതിരിവിൽ ചെറുചെടികളും പൂച്ചട്ടികളും ജലധാരകളും കമനീയ ശില്പവേലകളുമടങ്ങിയ നീണ്ട ഉദ്യാനം.

രാത്രിയിലാണ് തെരുവിന് ഭംഗി കൂടുതൽ. വൈദ്യുതവിളക്കുകളുടെ മായികപ്രഭയിൽ കുളിച്ച് നേർത്ത തണുപ്പിന്റെ വസ്ത്രമണിഞ്ഞ് മലമുകളിൽ പള്ളികൊള്ളുന്ന നിശാസുന്ദരി.

സാമാന്യം തിരക്കുണ്ട്. കുടുംബസമേതം സായാഹ്നസവാരിക്കിറങ്ങി

യവർ... യുവമിഥുനങ്ങൾ... വിദ്യാർഥികൾ... സഞ്ചാരികൾ... ഒറ്റക്കും കൂട്ടായും നടകൊള്ളുന്നവർ...

നേർത്ത തണുപ്പും വിളക്കുകാലിൽനിന്നുള്ള അരണ്ടവെളിച്ചവും സൃഷ്ടിക്കുന്ന സുഖദമായ അന്തരീക്ഷം... കടകളിൽനിന്നു പുറത്തേക്കൊഴുകുന്ന നേർത്ത സംഗീതവീചികൾ... മരച്ചില്ലകളുടെയും ആളുകളുടെയും മർമരങ്ങൾ...

ഒരു റസ്റ്റോറന്റിൽക്കയറി. ക്ലാസിക്ശൈലിയിലുള്ള കമനീയമായ ഇരിപ്പിടങ്ങൾ. നല്ല വിശപ്പുണ്ട്. ഡാർജിലിങിൽനിന്ന് ഉച്ചഭക്ഷണം കഴിച്ച് ഒരു മണിക്ക് യാത്ര തിരിച്ചതാണ്. സിക്കിം താലിമീൽസ് ഓർഡർ ചെയ്തു. “Please wait for Twenty minutes.” വിളമ്പുകാരന്റെ ഭവ്യാപേക്ഷ. നിവൃത്തിയില്ല. കാത്തിരിക്കതന്നെ. മേശമേൽ കൈമുട്ടുകളൂന്നി താടിതാങ്ങിപ്പിടിച്ച് പുറംകാഴ്ചകൾ നോക്കിക്കണ്ടിരുന്നു. പൊയ്കയിലെ ജലപ്പരപ്പ് പോലെ അങ്ങോട്ടുമിങ്ങോട്ടും പതുക്കെ ഒഴുകുന്ന തെരുവ്. പുറംകാഴ്ചകൾ കണ്ടിരിക്കെ നീണ്ട പകൽസഞ്ചാരത്തിന്റെ അലകൾ മനസ്സിലേക്ക് പതഞ്ഞുവരികയാണ്.

ഡാർജിലിങിൽനിന്ന് ഗാങ്ടോക്കിലേക്ക് ഏതാണ്ട് നൂറ് കിലോമീറ്ററിനടുത്ത് ദൂരം വരും. സാമാന്യയാത്രയ്ക്ക് മൂന്നര-നാല് മണിക്കൂർ മതി. ഡാർജിലിങ് നഗരം പിന്നിടുന്നതോടെ ടീസ്റ്റാനദി യാത്രയിൽ ഒപ്പം ചേരും. ട്രാവലേഴ്സ് കാബിൽ മലകൾ ചുറ്റിയും കയറിയും തിരിഞ്ഞും മറിഞ്ഞുമുള്ള യാത്ര. ഒരു മലമടക്കിൽനിന്ന് അടുത്തതിലേക്കു ഇറങ്ങിക്കയറും. വീണ്ടും ചുറ്റിക്കയറി അടുത്തതിലേക്ക്. ചിലയിടത്ത് മലകളെ തമ്മിൽ ബന്ധിപ്പിക്കുന്ന പാലങ്ങളുമുണ്ട്. ഇങ്ങനെ ഒന്നൊന്നായി മലകൾ താണ്ടിക്കടന്നുള്ള ദീർഘസഞ്ചാരം. ഒരു മരക്കൊമ്പിൽ നിന്ന് അടുത്തതിലേക്കും അവിടെനിന്ന് അപ്പുറത്തേക്കും ചാടിക്കടന്നുപോകുന്ന കുരങ്ങനെപ്പോലെ. കയറിയും ഇറങ്ങിയും ചുറ്റിയും വളഞ്ഞും പുളഞ്ഞുമുള്ള യാത്ര.

സിങ്ടമിലെത്തിയപ്പോൾ ടീസ്റ്റാനദി യാത്രപറഞ്ഞ് വഴിമാറിപ്പോയി. അവിടെനിന്നങ്ങോട്ട് ടീസ്റ്റയുടെ പുത്രിയായ ‘റാണിഖോള’ എന്ന കൊച്ചുനദിയാണ് വഴികാട്ടിയായി കൂട്ടിനുണ്ടാവുക. ചെറിയൊരു പട്ടണമാണ് സിങ്ടം. രണ്ട് മണിക്കൂർ സഞ്ചരിച്ച് കഴിഞ്ഞിരുന്നു. വാഹനം അവിടെ നിർത്തി. ഡ്രൈവർ വണ്ടിയിൽനിന്ന് പുറത്തേക്ക് ചാടിയിറങ്ങി. ഗണേശ്

ഗുരുങ്. ഇരുപത്തഞ്ചിൽത്താഴെയേ പ്രായം കാണൂ. ചുറുചുറുക്കുള്ള ഗൂർഖപയ്യൻ. മൂളിപ്പാട്ടും പാടി അവൻ ഒരു ചെറുകടയിലേക്ക് കയറിപ്പോയി. ഞങ്ങളിൽച്ചിലർ പുറത്തിറങ്ങി അവിടവിടെ ചുറ്റിക്കറങ്ങി.

അരമണിക്കൂർ കഴിഞ്ഞിട്ടും 'ഡ്രൈവൻ' വരുന്നത് കാണാതായപ്പോൾ ഞങ്ങൾ കടയിലേക്ക് ചെന്നു. കൊച്ചുവീടിനോട് ചേർന്നുള്ള ചെറു ചായക്കട. പിൻവശത്ത് ഒരു ചായ്പ്പ്. ആശാൻ അവിടെയിരുന്ന് ശാപ്പാട് അടിച്ചുമാറുകയാണ്. മുന്നിൽ നിരത്തിവച്ചിരിക്കുന്ന പലവിധ വിഭവങ്ങൾ. ഞങ്ങൾ ചായ വാങ്ങിക്കുടിച്ച് അവനോട് കുശലം പറഞ്ഞു.

യാത്രക്കിടയിൽ അവർക്കു കിട്ടുന്ന സൗജന്യമത്രേ ഈ തീറ്റ. ഒരു ട്രിപ്പിന് എഴുന്നൂറ് രൂപയാണ് ട്രാവൽ ഏജൻസി അവനു നൽകുക. യാത്രയ്ക്കിടയിൽ ഡ്രൈവർക്ക് എത്ര വേണമെങ്കിലും ഭക്ഷണം കഴിക്കാം. ആ ബില്ലുകൊടുത്താൽ അത്രയും കാശുകൂടി ഏജൻസി തരും. അതിനാൽ തഞ്ചം കിട്ടുന്നിടത്തുവച്ചൊക്കെ പരമാവധി ഉദരപൂരണം ചെയ്യുക പതിവാണ്. സ്ഥിരം കയറുന്ന കടകൾക്കടുത്തെത്തുമ്പോൾ നിർത്തും. യാത്രയ്ക്ക് അതൊരിടവേള.

ഗണേശിന്റെ പിതാവ് സൈനികനായിരുന്നു. അരുണാചൽ അതിർത്തിയിലായിരിക്കുമ്പോൾ മൈൻ പൊട്ടി ഇരുകാലുകളും നഷ്ടപ്പെട്ട മേജർ രാംനാഥ് ഗുരുങ്. അസാമാന്യ ധൈര്യശാലിയായ അച്ഛനെക്കുറിച്ച് അഭിമാനപൂർവമാണ് അവൻ പറയുന്നത്. ഉറച്ച മനസ്സും ഉരുക്കുപോലത്തെ ശരീരവും ഉടയാത്ത ആജ്ഞാശക്തിയും. വീൽചെയറിൽ കഴിയുന്ന ആറുവർഷം.

മൂത്ത രണ്ടു ജ്യേഷ്ഠന്മാരും സൈന്യത്തിലാണ്. ഒരാൾ ആർമിയിലും മറ്റൊരാൾ എയർഫോഴ്സിലും. ഒരനിയത്തിയുണ്ട്. മെഡിസിന് പഠിക്കുന്നു. അമ്മയാണ് വീട്ടിൽ കുടുംബം നോക്കുന്നതും അച്ഛനെ കൊണ്ടു നടക്കുന്നതും.

ഗണേശും സൈന്യത്തിൽ ചേരാനുള്ള ഒരുക്കത്തിലാണ്. അതുവരെ ഇത്തരം ജോലികൾ ചെയ്ത് സമ്പാദിക്കുന്ന പണം അനിയത്തിയുടെ പഠനത്തിന് നൽകും. അവളാണ് അവന്റെ ജീവൻ. കുടുംബത്തെക്കുറിച്ച് പറയുമ്പോൾ അവന്റെ കണ്ണുകൾ തിളങ്ങുന്നു. സ്നേഹത്തിന്റെ നിലാവെട്ടം. ആത്മബന്ധത്തിന്റെ പ്രസരിപ്പ്. അച്ഛനെക്കുറിച്ചും സൈനികജീവിതത്തെക്കുറിച്ചും പറയുമ്പോൾ മുറ്റിയ അഭിമാനവും ആവേശവും. നൂറ് നാവ്.

അമ്മയെക്കുറിച്ചു പറയുമ്പോൾ അവന്റെ കണ്ണു നിറയും. അരുണ

ഗുരുങ്. പന്ത്രണ്ട് സഹോദരങ്ങളടങ്ങിയ വലിയ കുടുംബത്തിലെ ഒരേയൊരു പെൺസന്താനം. അമ്മയാണ് എല്ലാർക്കും പ്രചോദനം. അമ്മയാണ് എല്ലാർക്കും താങ്ങ്. അമ്മയാണ് വീടിന്റെ വിളക്ക്.

വീട്ടുകാര്യങ്ങളൊക്കെ നോക്കുന്നതിനിടയിൽ അമ്മ വീട്ടിൽവച്ച് പലവിധ പലഹാരങ്ങൾ ഉണ്ടാക്കി കടകളിൽ കൊടുക്കും. എപ്പോഴും കർമ്മനിരത. വിശ്രമമിഷ്ടമില്ലാത്തവൾ. സഹായികളായി ഒന്നുരണ്ട് സ്ത്രീകളുണ്ട്. വിതരണത്തിനായി അടുത്ത ബന്ധുവായ പയ്യൻ.

ഗണേശ് ഇന്ന് ഞങ്ങളെ ഗാങ്ടേക്കിൽ എത്തിച്ച് വണ്ടി മറ്റൊരു ഡ്രൈവർക്ക് കൈമാറും. തിരിച്ച് സിലിഗുരിയിലെത്തി ഏജൻസിയിൽ റിപ്പോർട്ട് ചെയ്തിട്ട് കാശും വാങ്ങി വീട്ടിൽപ്പോകണം. നാളെ അമ്മയുടെ പിറന്നാളാണ്. ആഘോഷം കഴിഞ്ഞ് കുടുംബാംഗങ്ങളെല്ലാം ചേർന്ന് കാശിക്കു പോകും.

സംസാരിക്കുന്നതിനിടയിൽ ഗണേശ് അകത്താക്കിയ തീറ്റിപ്പണ്ടങ്ങൾക്ക് അളവില്ല. ചേലോടും വൃത്തിയോടുമുള്ള ഭോജനം. കണ്ടുനിൽക്കുന്നവർക്ക് മനസ്സുനിറയും. അമ്മയുണ്ടാക്കുന്ന ഭക്ഷണത്തിന്റെ സ്വാദ് എവിടെയും കിട്ടില്ല എന്നു പറഞ്ഞ് അവൻ എഴുന്നേറ്റു. കൈയും മുഖവും തുടച്ച് വിളമ്പിക്കൊണ്ടിരുന്ന തടിച്ചുകുറുകിയ കടക്കാരനോട് നന്ദി പറഞ്ഞ് ബില്ലു വാങ്ങി കാശ്കൊടുത്ത് അവൻ വണ്ടിയിലേക്ക് ഓടിക്കയറി. തീറ്റ കഴിഞ്ഞ് വയറുനിറച്ച് ഉത്സാഹത്തോടെ ഓടിച്ചാടിപ്പോവുന്ന കുതിരയെപ്പോലെ. പിന്നീടവൻ വളരെ വേഗമാണ് വണ്ടിയോടിച്ചത്. ഒരു സർക്കസ്സുകാരനെപ്പോലെ. മലമടക്കുകളിലൂടെ ചീറിപ്പായുമ്പോൾ ഉള്ളിൽ ചെറിയ കത്തൽ ഇല്ലാതില്ല.

എന്റെ മുന്നിൽ സിക്കിം താലിമീൽസ് നിരന്നു. ഒരു ബൗളിൽ ചുർപ്പി സൂപ്പ്. കോട്ടൺ ചീസ് കൊണ്ട് നിർമ്മിച്ചത്. തളികയിൽ ഡാൽ ഭട്ട്; ആവിയിൽ വേവിച്ച നല്ല പച്ചരിച്ചോറും ഡാൽ കറിയും.

റാഡിഷ്, കാബേജ്, കടുക് എന്നിവയുടെ ഇലകൾ കൊണ്ട് ഉണ്ടാക്കിയ 'ഗുണ്ട്രുക്ക്' എന്ന സ്വാദൂറുന്ന കറി. റാഡിഷിന്റെ വേരുകൾ കൊണ്ട് നിർമ്മിച്ച അച്ചാറുപോലുള്ള മറ്റൊരു കറി – 'സിങ്കി'. ചോറിനൊപ്പം മാംസത്തിന് പകരമായി ഉപയോഗിക്കുന്ന ജനപ്രിയവിഭവം – 'കൈനേ'. പുളിപ്പിച്ച സോയാബീൻ കറിയാണത്. ആവിയിൽ വേവിച്ച ഒരുതരം ബ്രെഡ്. 'ഷാ ഫാലി'. രുചികരമായ ടിബറ്റൻ വിഭവം. ഗോതമ്പു

മാവിനുള്ളിൽ വേവിച്ച പലവിധ പച്ചക്കറികൾ നിറച്ചുരുട്ടി വറുത്തെടുക്കുന്നത്. 'ഷിമി' എന്ന നാടൻ പച്ചക്കറി ഉപയോഗിച്ചുണ്ടാക്കുന്ന 'ഷിമികോ അചാർ'. രുചി കൂട്ടാൻ അതിൽ എള്ള് ചേർത്തിട്ടുണ്ട്. എരിവിന് പച്ചമുളകും പുളിക്ക് നാരങ്ങനീരും.

മുന്നിൽ നിരത്തിവച്ച വിഭവങ്ങൾ ഓരോന്നായി എടുത്ത് കഴിച്ചു. ഒന്നു കഴിച്ച ശേഷം അടുത്തത്. അതാണ് അവിടത്തെ ഭക്ഷണക്രമം. ഓരോന്നിന്റെയും രുചി വെവ്വേറെയായി ആസ്വദിക്കണം. സമയമെടുത്ത് സാവധാനത്തിലേ കഴിക്കാവൂ. ഞങ്ങളുടെ കൂട്ടത്തിലെ ഒരാൾ ധൃതിപിടിച്ച് വാരിവലിച്ചു തിന്നുന്നത് കണ്ട് അവിടെയിരിക്കുന്ന എല്ലാരും അയാളെ തുറിച്ചു നോക്കുന്നുണ്ടായിരുന്നു. ഓരോന്നു കഴിയുമ്പോഴും വേണമെങ്കിൽ ആ വിഭവം വീണ്ടും വിളമ്പും. സിക്കിം താലിമീൽസ് നാവിനും വയറിനും പുതിയ അനുഭവം നൽകി. നാവിനെ ത്രസിപ്പിക്കുന്നു. ഒട്ടും അലോസരപ്പെടുത്താതെ വയറു നിറക്കുന്നു. കഴിച്ചു കഴിഞ്ഞപ്പോൾ പുതിയൊരുന്മേഷം. ദീർഘയാത്രയുടെ ചൊരുക്കും ക്ഷീണവും അകന്നു.

ഭക്ഷണം കഴിഞ്ഞപ്പോൾ മാൾറോഡിലൂടെ വെറുതെ ചുറ്റിക്കറങ്ങി. ഇരുട്ടിനെ തുളച്ചു പെയ്യുന്ന വർണവെളിച്ചത്തിന്റെ മഴയിൽക്കുളിച്ച് നേർത്ത മഞ്ഞിന്റെ നിശാവസ്ത്രവുമായി ആ തെരുവിലൂടെ പതുക്കെ അലഞ്ഞു. നഗരപ്പൊലിമയും ഉദ്യാനഭംഗിയും ചാലിച്ചുചേർത്ത അസുലഭ ചാരുത.

അല്ലറ ചില്ലറ സാധനങ്ങൾ വാങ്ങി. തെരുവുഭംഗികൾ ക്യാമറയിൽ പകർത്തി. നടുവിലെ ചാരുബഞ്ചുകളിലിരുന്ന് വർത്തമാനം ചൊല്ലി. യാത്രാനുഭവങ്ങൾ അയവിറക്കി.

തെരുവിന് ഒരറ്റത്ത് മുകൾത്തട്ടിലായി വലിയ ഒരു ക്ഷേത്രം. അതിമനോഹരമായ ചിത്രവേലകളും കൊത്തുപണികളും ദീപജാലങ്ങളും നിറഞ്ഞ കൃഷ്ണക്ഷേത്രം. ഏറ്റവും മുകളിൽ ഗീതോപദേശത്തിന്റെ കൂറ്റൻ പെയിന്റിങ് വെളിച്ചത്തിൽ തിളങ്ങിക്കാണാം. പുതുതായിപ്പണിതതുപോലുണ്ട്. ഞങ്ങൾ പതുക്കെ എഴുന്നേറ്റ് അങ്ങോട്ടു നടന്നു.

വിശാലമായ മുറ്റത്ത് പുൽത്തകിടിയും ചെറിയ ചെടികളും ഇരിപ്പിടങ്ങളും. വശങ്ങളിൽ വിവിധ ഭാവത്തിലുള്ള വർണാഭമായ വലിയ കൃഷ്ണവിഗ്രഹങ്ങളും ദശാവതാരശില്പങ്ങളും. ഇടതുവശത്ത് അല്പം മുകളിലായി വിചിത്രമായൊരു ശില്പം. ഏഴു കുതിരകൾ വലിക്കുന്ന തേരിൽ സാരഥിയായി സൂര്യൻ. രഥത്തിൽ വലിയ താമരതല്പത്തിൽ നാലു

തൃക്കൈകളിലും ആയുധങ്ങളോടെ ഇരിക്കുന്ന മഹാദേവി.

ഒന്നാം നിലയിൽ വിശാലമായ ഒരു മട്ടുപ്പാവുണ്ട്. താഴെനിന്ന് നോക്കുമ്പോൾ രണ്ടാം നില വലിയ ഹാളുപോലെ തോന്നുന്നു. വാതിലുകളെല്ലാം അടച്ചിട്ടിരിക്കുന്നു. അകത്ത് എന്തൊക്കെയോ അറ്റകുറ്റ പണികൾ നടക്കുന്നതിന്റെ ശബ്ദം കേൾക്കാം.

പുൽത്തകിടിയിൽ നിന്നാൽ താഴത്തെ തെരുവും തട്ടുതട്ടായുള്ള നഗരക്കാഴ്ചകളും കാണാം. പുൽത്തകിടിയുടെ അറ്റത്ത് ചെറിയൊരുദ്യാനം. ഭംഗിയായി നിരത്തിവച്ച വലുതും ചെറുതുമായ പൂച്ചട്ടികൾ. വള്ളിക്കുടിലുകൾ. ചെറുമരങ്ങൾ. വിവിധ നിറത്തിലും വലുപ്പത്തിലുമുള്ള പൂക്കൾ. ഇടക്കിടെ ദീപാലങ്കാരങ്ങൾ.

നടുവിലെ ചെടിച്ചട്ടിയിൽ വളരെ വലിയ വെളുത്ത പൂവ്. പിറകിൽ നിന്നുള്ള വെളിച്ചത്തിൽ അത് വെട്ടിത്തിളങ്ങുകയാണ്. അടുത്തു ചെന്നു. ബ്രഹ്മകമലം. ദേവപുഷ്പം. മഹാവിഷ്ണുവിന്റെ നാഭിയിൽ നിന്നു വിടരുന്ന താമര. കേദാർനാഥന്റെയും ബദരിനാഥന്റെയും പൂജാപുഷ്പം. കരൾരോഗത്തിനുള്ള ഉത്തമൗഷധം. താമരപ്പൂവിന്റെ അതേ ആകൃതി. തൂവെള്ള നിറം. സന്ധ്യാപുഷ്പം.

തെക്കുപടിഞ്ഞാറൻ ഹിമാലയമേഖലകളിലും ചൈനയുടെ തെക്കുപടിഞ്ഞാറു ഭാഗങ്ങളിലും മ്യാൻമാറിന്റെ വടക്കും വ്യാപകമായി കണ്ടുവരുന്ന വലിയ പൂവ്. 'സോസുറിയ ഒബല്ലാറ്റ' എന്ന് ശാസ്ത്രനാമം. 'നൈറ്റ് ബ്ലൂമിംഗ് സെറിയസ്'. രാത്രിയുടെ രാജ്ഞി - 'ലേഡി ഓഫ് ദി നൈറ്റ്'. വിശേഷണപദങ്ങളാണ്. ഉത്താരാഖണ്ഡിന്റെ സംസ്ഥാനപുഷ്പം. ഹിമാചൽപ്രദേശിലും ധാരാളമായി കാണാം. പക്ഷെ സിക്കിമിലും വടക്കുകിഴക്ക് ഹിമാലയമേഖലകളിലും വിരളമാണ്.

ചട്ടിയിൽ കള്ളിച്ചെടിയുടേതുപോലെ നീണ്ട ഇലകൾ മാത്രമുള്ള തണ്ടില്ലാത്ത ചെറുചെടി. ഒരടിയോളം ഉയരം വരും. ഇലകളുടെ മധ്യത്തിലാണ് പൂവിരിഞ്ഞു നിൽക്കുന്നത്. ഒരു കിണ്ണത്തിന്റെ വലുപ്പം.

ക്ഷേത്രമുകളിൽനിന്നുള്ള പിൻവെളിച്ചത്തിൽ തെളിഞ്ഞ വെണ്മയിൽ കൺമുന്നിൽ നിറഞ്ഞുനിൽപ്പാണ്. പത്തുമുപ്പത് ഇതളുകൾ. ഏതാണ്ട് അത്രയോളം വിദളങ്ങൾ. നടുവിൽ ഇളംമഞ്ഞ നിറത്തിലുള്ള കേസരങ്ങൾ. ആകാശോന്മുഖിയായി വിടർന്നു നിൽക്കുന്നു. പ്രപഞ്ചസൃഷ്ടിയുടെ പീഠംപോലെ. ബ്രഹ്മദേവന്റെ പത്മാസനം.

തൊട്ടുമുന്നിൽ വെട്ടിത്തിളങ്ങുന്ന ബ്രഹ്മകമലം... മാനത്ത് പ്രഭ ചൊ

രിയുന്ന പൂർണചന്ദ്രൻ... താഴ്‌വരയിൽ നഗരവെളിച്ചത്തിന്റെ ആയിരം നുറുങ്ങു തുണ്ടുകൾ... വിണ്ടലത്തിൽ പരന്നുനിറഞ്ഞ ചന്ദ്രികയെപ്പേടിച്ച് താഴ്‌വരകളിലെ തമോരാശിയിയിൽ വന്നൊളിച്ച നക്ഷത്രകണങ്ങൾ പോലെ.

ദൂരെ ചക്രവാളസീമയിൽ നിലാവിൽത്തിളങ്ങിനിൽക്കുന്ന കാഞ്ചൻജംഗയുടെ ധവളദളങ്ങൾ. ആകാശോദ്യാനത്തിൽ വിരിഞ്ഞ ഭീമാകാരമായ ബ്രഹ്മകമലം. വിൺതാമര. പ്രപഞ്ചവിസ്മയത്തിന്റെ മഹാസാന്നിധ്യം.

വിദൂരതയിൽ രാത്രിയുടെ ശ്യാമപ്രകൃതിക്കുള്ള പൂജാപുഷ്പമായി വിരിഞ്ഞുനിൽക്കയാണ് കാഞ്ചൻജംഗയുടെ ഹിമദളങ്ങൾ.

7

മലമുകളിലെ പ്രാർഥനാചക്രങ്ങൾ

ബുദ്ധവിഹാരങ്ങളിലെ പ്രാർഥനാചക്രങ്ങൾ

'റെംടെക്' മൊണാസ്ട്രി

പ്രാർഥനയിലേർപ്പെട്ടിരിക്കുന്ന ബുദ്ധഭിക്ഷുക്കൾ

ബുദ്ധസൂക്തങ്ങളെഴുതിയ തുണിത്തോരണങ്ങൾ

നിറഞ്ഞു കത്തുകയാണ്. നിലത്ത് വരിവരിയായി നിരത്തിവച്ച ചെറു കൈവിളക്കുകളിലെ നെയ്ത്തിരികൾ. അഗ്നിച്ചിറകുള്ള ശലഭങ്ങളെപ്പോലെ ഊർധ്വമുഖിയായി അതിന്റെ ജ്വാലകൾ ഇളകിയാടുന്നു. ചുറ്റിലുള്ള ചില്ലുപാളികളിൽ ദീപനാളങ്ങൾ നിഴലിക്കുമ്പോൾ മുന്നിൽ നിറഞ്ഞു കവിഞ്ഞ പാവകപ്രവാഹിനി. ഇളകിയാടുന്ന അഗ്നിയോളങ്ങൾ. അറ്റത്തുള്ള പീഠത്തിൽ ആരോഹണാവരോഹണക്രമത്തിൽ സ്ഥാപിച്ച പല വലുപ്പത്തിലുള്ള നിലവിളക്കുകൾ. ആത്മാവിൽ നിറയുന്ന ദിവ്യമായ ജ്യോതിസ്സ്.

നഗരമധ്യത്തിലെ 'ഡോഡ്രുവൽ' ബുദ്ധവിഹാരത്തിലെ ധ്യാനമണ്ഡപമാണ്. പ്രാർഥനാനിരതമായ മനസ്സുമായി പ്രദക്ഷിണം വയ്ക്കുന്നവർ. അകത്തും പുറത്തും. പുരോഹിതർ. ഭിക്ഷുക്കൾ. ഭക്തർ. സന്ദർശകർ. നടന്നുനീങ്ങുന്നവരൊക്കെ കത്തുന്ന കൈവിളക്കുകളിൽ നെയ്നിറച്ച് തിരിനീട്ടിക്കൊണ്ടിരിക്കുന്നു.

ട്രൂൾഷിക് റിൻപോച്ച. 'നൃയിംഗ്മ' ക്രമത്തിന്റെ തലവൻ. അദ്ദേഹമാണ് ആയിരത്തി തൊള്ളായിരത്തി നാല്പത്തഞ്ചിൽ ഡോഡ്രുവൽ ചോർട്ടൻ എന്ന ഈ വിഹാരം നിർമ്മിച്ചത്. തിബറ്റൻ ബുദ്ധമതത്തിന്റെ നാല് പ്രധാന വിഭാഗങ്ങളിൽ ഏറ്റവും പഴക്കമേറിയതാണ് നൃയിംഗ്മ. വജ്രയാനഗുരുവായ പദ്മസംഭവ സ്ഥാപിച്ചത്. രണ്ടാമത്തെ ബുദ്ധൻ. 'നൃയിംഗ്മ' എന്നാൽ 'പ്രാചീനം'. എട്ടാം നൂറ്റാണ്ടിൽ, ട്രിസോങ് ഡെറ്റ്സൺ രാജാവിന്റെ ഭരണകാലത്ത് സംസ്കൃതത്തിൽ നിന്ന് പഴയ ടിബറ്റൻ ഭാഷയിലേക്ക് ബുദ്ധമതഗ്രന്ഥങ്ങൾ വിവർത്തനം ചെയ്യപ്പെട്ടിരുന്നത്രേ. അവയാണ് നിയാംഗ്മയുടെ അടിസ്ഥാന പ്രമാണങ്ങൾ.

വാഹനമിറങ്ങി നടന്നുവരുന്ന വഴിയുടെ ഇരുവശത്തും ഒരേ വലിപ്പത്തിലുള്ള ചെറിയ ശീലത്തുണ്ടുകൾ നിരനിരയായി ഞാന്നു കെട്ടിയിരിക്കുന്നു. ദീർഘചതുരാകൃതിയിൽ. പല വർണത്തിൽ. വൃക്ഷത്തടികളിലും ചില്ലകളിലും നൂൽച്ചരടുകളിലും. ബുദ്ധസൂക്തങ്ങളും പ്രാർഥനാമന്ത്രങ്ങളും തിബത്തൻ ഭാഷയിൽ ചെറിയ അക്ഷരങ്ങളിൽ കുനുകുനാ എഴുതിയ തൂണിത്തോരണങ്ങൾ. ഓരോന്നിന്റെയും നടുവിൽ ബുദ്ധന്റെ ചെറിയ രേഖാചിത്രം. വഴിനീളെ അങ്ങോട്ടും ഇങ്ങോട്ടും നീങ്ങുന്ന ഭിക്ഷു

ക്കളും സന്ദർശകരും തീർഥാടകരും. കവാടം കടന്നെത്തുമ്പോൾ മുന്നിൽ കാണുന്നത് ഉയരത്തിലുള്ള കൊടിമരമാണ്. അടി മുതൽ മുകളറ്റം വരെ നീളമുള്ള വീതി കുറഞ്ഞ നിറയെ മന്ത്രമുദ്രാങ്കിതമായ കാവിധ്വജം.

വലിയ മുറ്റം. നടുവിൽ വലിയ വെളുത്ത സ്തൂപം. അതിനുള്ളിൽ 'ഡോർജി ഫർബ' എന്ന 'കാംഗ്യുർ' വിശുദ്ധഗ്രന്ഥത്തിന്റെ പൂർണപതിപ്പും മറ്റു വിശുദ്ധവസ്തുക്കളും സൂക്ഷിച്ചിരിക്കുന്നത്രേ. സ്തൂപത്തിനപ്പുറത്താണ് ധ്യാനമണ്ഡപം. ധ്യാനമണ്ഡപത്തിനും സ്തൂപത്തിനുമിടയിൽ ഒരാൾപ്പൊക്കത്തിൽ ഒരു മതിൽ. അതിന്റെ മേൽപ്പകുതി നിറയെ പ്രാർഥനാചക്രങ്ങളാണ്. വൃത്തസ്തംഭാകൃതിയിലുള്ള വലിയ ലോഹയുരുളുകൾ. നിരനിരയായി ക്രമീകരിച്ചിരിക്കുന്നു. കൈതൊടുമ്പോൾ ഓരോന്നും കറങ്ങും.

അതിൽ വലിയ അക്ഷരങ്ങളിൽ കൊത്തിവച്ചിക്കുന്നത് ബുദ്ധസൂക്തങ്ങളും മന്ത്രങ്ങളുമാണ്. ഒരറ്റത്തുനിന്ന് മറുതലവരെ അവയിൽ വിരലോടിച്ച് കറക്കിക്കൊണ്ടു വേണം സ്തൂപത്തിനടുത്തെത്താൻ. ചക്രങ്ങൾ കറങ്ങുമ്പോഴുണ്ടാവുന്ന മർമ്മരം നമ്മെ അനുഗമിക്കും. മന്ത്രോച്ചാരണംപോലെ.

'ഓം അഹ് ഹും വജ്ര ഗുരു പത്മേ സിദ്ധി ഹും'
'ഓം മണി പത്മേ ഹും.'

....

'ഓം' എന്നാൽ ജ്ഞാനം. 'മ' ദയ. 'ണി' ശരീരം, ശബ്ദം, കർമ്മം, മനസ്സ്. 'പദ്' സമചിത്തത, 'മേ' പരമാനന്ദം. 'ഹും' ഭൂതദയാഗുണം. 'ഓം മണി പത്മേ ഹും.' ഗർവ്, അസൂയ, അത്യാസക്തി, അജ്ഞത, അധീനത, പ്രകോപനം എന്നിവയിൽനിന്നുള്ള മോചനമന്ത്രം. മാഹാത്മ്യവും നീതിയും സഹനശീലവും ജാഗ്രതയും പരിശ്രമവും നിരാകരണവും ജ്ഞാനവും കൈവരുന്നു.

വലിയ സ്തൂപത്തിന്റെ പിറകിൽ അതേ നിരയിൽ രണ്ട് ചെറിയ സ്തൂപങ്ങൾ. ഒന്നു സ്വർണവർണവും മറ്റേത് ശുഭ്രവർണവും. സ്തൂപത്തിന് ഇടതു വശത്ത് പ്രാർഥനാഹാളാണ്. വലിയ ഓഡിറ്റോറിയം. അകത്ത് ഒതുക്കത്തോടെ നിരത്തിയിട്ട മരബെഞ്ചുകൾ. നടുവിലെ തൂണിൽ വലിയൊരു ദുന്ദുഭി. ചുവന്ന തൂണുകളിൽ തുണികൾകൊണ്ടുള്ള അലങ്കാരപ്പണികൾ. തൂക്കിക്കെട്ടിവച്ച പെയിന്റിങ്ങുകൾ. ചിത്രത്തുന്നലുകളോടെ നീളത്തിൽ വൃത്താകൃതിയിലുള്ള പുരാതന തങ്കകളും സിൽക്ക് തോരണങ്ങളും നിരനിരയായി തൂങ്ങിക്കിടക്കുന്നു.

ഇരുവശങ്ങളിലും ഇത്തിരി മേലെയായി നിറയെ വലിയ വർണച്ചില്ലു ജാലകങ്ങൾ. അപ്പുറത്തും ഇപ്പുറത്തും കമനീയമായ കൂറ്റൻ വാതിലുകൾ. അകത്ത് പരിപൂർണമായ മൂകത. കാലടിയൊച്ചപോലും കേൾക്കില്ല.

മുറ്റത്തിന് ചുറ്റിലും സന്യാസഗൃഹങ്ങളാണ്. സ്തൂപങ്ങൾക്കരികിൽനിന്ന് ചുറ്റും ഒന്നുകൂടി കണ്ണോടിച്ചു. മലഞ്ചെരിവിലൂടെ ഇറങ്ങിയൊഴുകുന്ന തെരുവുകളുടെ ബഹളത്തിനിടയിൽ നിശ്ശബ്ദതടമായി നിലകൊള്ളുന്ന ആരാധനാലയം.

പരന്നു കത്തുന്ന ദീപങ്ങളുടെ നദി. മന്ത്രങ്ങൾ ആലേഖനം ചെയ്ത തിരിയുന്ന പ്രാർഥനാചക്രങ്ങൾ. ശാന്തവും പ്രസന്നവുമായ മുഖത്തോടെ പുഞ്ചിരിതൂകിക്കൊണ്ട് അങ്ങുമിങ്ങും നീങ്ങുന്ന ബുദ്ധഭിക്ഷുക്കൾ. മന്ത്രോച്ചാരണങ്ങളോടെ തൊഴുകൈകളുമായി മന്ദമന്ദം നടക്കുന്ന ഭക്തർ. ഒതുങ്ങി നടക്കുന്ന സന്ദർശകർ. പുറത്തിറങ്ങി മുറ്റത്തൂടെ വെറുതെ നടന്നു. ഏതോ ഒരാത്മീയാനുഭൂതി വലയം ചെയ്യുന്നതുപോലെ. അപാരമായ ഊർജസംക്രമണം. മനസ്സിൽ നിർവൃതിയൂറുന്നു. ചിന്തകൾ പ്രോജ്ജ്വലിക്കുന്നു. ശരീരകലകൾ ഉന്മേഷഭരിതമാവുന്നു.

'ഡോഡ്രുവൽ' ബുദ്ധവിഹാരത്തിലേക്കു നടന്നുവരുമ്പോൾ പരസ്പരം ഓരോന്നു പറഞ്ഞ് കലപില കൂട്ടിയിരുന്ന യാത്രാംഗങ്ങൾ തിരിച്ചുപോക്കിൽ നിശ്ശബ്ദരും ശാന്തരുമായിരുന്നു. ദിവ്യമായ ഏതോ ആനന്ദത്തിൽ മനംമയങ്ങി സ്വത്വത്തിലേക്ക് ഉൾവലിഞ്ഞ് പരിസരം മറന്ന് നടന്നുപോകയാണ്. മലമ്പാതയിലൂടെ വാഹനത്തിൽ സഞ്ചരിക്കുമ്പോൾ മനസ്സിൽ പ്രാർഥനാചക്രങ്ങൾ കറങ്ങിക്കൊണ്ടേയിരുന്നു. ബുദ്ധമന്ത്രധ്വനികൾ ബോധധാരയെ പ്രചോദിപ്പിച്ചുകൊണ്ടിരുന്നു.

പ്രാർഥനാവിശുദ്ധമായ മനസ്സുമായി വന്നിറങ്ങിയത് പൂക്കളുടെ വർണസൗന്ദര്യത്തിലേക്കാണ്. ഹിമാലയൻ മേഖലയിലുള്ള അസാധാരണമായ ഓർക്കിഡ് പുഷ്പങ്ങളുടെ വൻശേഖരം. സിക്കിമിന്റെ പുഷ്പദേവാലയം. ഗാങ്ടോക്കിലെ മുഖ്യസന്ദർശനകേന്ദ്രം. പുഷ്പപ്രദർശന ശാലയുടെ നടുവിൽ വലിയൊരു ഹരിതഗൃഹം. അസാലിയാസ്, ആന്തൂറിയം, ഓർക്കിഡുകൾ, സെലോസിയ, ക്രിസന്തമം, ജെന്റിയൽസ്, ഹൈഡ്രാഞ്ചിയ, ലില്ലിയം, പോപ്പി, റോഡോഡെൻഡ്രേൺസ്, റോസാപ്പൂവ്, തുലിപ്സ് തുടങ്ങി വ്യത്യസ്ത വിഭാഗത്തിൽപ്പെട്ട പൂക്കളുടെ കാഴ്ചാനുഭവങ്ങൾ... നിറച്ചാർത്തുകൾ... രൂപചാരുതകൾ... സുഗന്ധപൂരങ്ങൾ...

ഹരിതഗൃഹത്തിന് അകത്തേക്ക് കാലെടുത്തു വച്ചപ്പോൾ തൊട്ടുമു

ന്നിൽ 'ക്രിസന്തമം' പൂക്കളുടെ കൊച്ചാരാമം. മഞ്ഞ, വെള്ള, പർപ്പിൾ, ചുവപ്പ് എന്നീ വ്യത്യസ്ത നിറങ്ങളിൽ. ഏതാണ്ട് ആറ് സെന്റീമീറ്റർ വ്യാസം. വൃത്താകൃതിയിൽ. നടുവിൽ കേസരങ്ങളാൽ ചുറ്റപ്പെട്ട മഞ്ഞ നിറത്തിലുള്ള പരാഗണസ്ഥലം. അതിനു ചുറ്റും മലർന്നുവിരിഞ്ഞു നിൽക്കുന്ന അനേകം ഇതളുകൾ. ദളങ്ങൾക്കാണ് വർണവ്യത്യാസമുള്ളത്. കട്ടികൂടിയ മാംസളമായ ഇലകൾ. ദീർഘവൃത്താകൃതിയിൽ. ചിലത് ഇളംപച്ചയും മറ്റുചിലത് ഇളംചുവപ്പ്കലർന്ന പച്ചയും. ചെടിത്തണ്ടും മാംസളം. ഓരോ ചെടിയിലും നിറയെ പൂക്കൾ.

തൊട്ടപ്പുറത്തെ ഇടതുവശത്തെ കളത്തിൽ നിറഞ്ഞുനിൽക്കുന്നത് 'സെലോസിയ'പ്പൂക്കളാണ്. വെൽവറ്റ് നിറം. മേലോട്ട് ജ്വലിച്ചുയർന്നു നിൽക്കുന്ന തീനാളത്തിന്റെ ആകൃതിയിൽ. 'സെലോസ്' എന്ന ഗ്രീക്കു പദത്തിന് അർഥം 'കത്തുന്നത്' എന്നാണത്രേ. ഒരു തണ്ടിനു ചുറ്റും മുള്ളുകൾപോലെ കുത്തനെ എഴുന്നുനിൽക്കുന്ന അധികം നീളമില്ലാത്ത കൂർത്ത ഇതളുകൾ. മുകളറ്റത്ത് അനേക മടക്കുകളായി വിടർന്ന് വിരിഞ്ഞ് മലർന്നു നിൽക്കുന്ന വലിയ പുഷ്പത്തലപ്പ്. അറ്റം നീണ്ടു കൂർത്ത വീതിയുള്ള ഇലകൾ ഭക്ഷണത്തിനുപയോഗിക്കാറുണ്ടത്രേ.

വലതുവശത്ത് ഹൈഡ്രാഞ്ചിയപ്പൂക്കൾ. പൂർവേഷ്യക്കാരിയായ പുഷ്പറാണി. വെളുപ്പ്, നീല, ചുവപ്പ്, പിങ്ക്, ഇളം പർപ്പിൾ, കടും പർപ്പിൾ എന്നീ നിറങ്ങളിൽ തിങ്ങിനിറഞ്ഞുനിൽക്കുന്നു. നാല് ദളങ്ങൾ. ചീട്ടുകൾ വട്ടത്തിൽ നിരത്തിവച്ചപോലെ. നടുവിൽ ചെറിയ പഞ്ഞിയുണ്ടപോലെ വെളുത്ത പരാഗണസ്ഥലം. മൂന്നു മീറ്ററോളം ഉയരമുള്ള കുറ്റിച്ചെടി. ഓരോ ശാഖയുടെയും മുകൾഭാഗത്ത് പൊതിഞ്ഞു നിൽക്കുന്ന പത്തിരുപത് പൂക്കൾ. അവയ്ക്കു നടുവിൽ അനവധി പൂമൊട്ടുകളും.

ഹൈഡ്രാഞ്ചിയപ്പൂക്കൾ നിറം മാറിക്കൊണ്ടിരിക്കും. അവയിലട ങ്ങിയ അലുമിനിയം അയോണുകളുടെ സാന്നിധ്യത്തിൽ പൂക്കളുടെ പിഗ്മെന്റുകൾക്കുണ്ടാവുന്ന നിറവ്യത്യാസമത്രേ ഇത്. അതിനാൽ 'ചെയിഞ്ചിങ് റോസ്' എന്ന ഒരു വിളിപ്പേര് ഇതിന് കിട്ടിയിരിക്കുന്നു. ഹൈഡ്രാഞ്ചിയയിൽനിന്നുണ്ടാക്കുന്ന ഹെർബൽ ചായയുണ്ടത്രേ. ജപ്പാനിൽ അതിന് 'അമ-ചാ' എന്നു പേര്. മധുരമുള്ള ചായ എന്നർഥം. അമൃതതുല്യമായ ദിവ്യപാനീയമാണ് അതവർക്ക്. ഹൈഡ്രാഞ്ചിയയുടെ പുതിയ ഇലകൾ ചുരുട്ടി ആവിയിൽ വേവിച്ച് ഉണക്കിയെടുത്ത ഇരുണ്ട തവിട്ട് ഇലകൾ കൊണ്ടുണ്ടാക്കുന്ന ചായ. ഏപ്രിൽ എട്ടിനാണ് ജപ്പാനിലെ ബുദ്ധജയന്തി. അന്ന് 'കാൻ-ബുട്ട്സു-ഇ' അഥവാ 'ബുദ്ധൻ കുളിക്കുന്ന ചടങ്ങി'ൽ

ബുദ്ധവിഗ്രഹത്തിൽ 'അമ-ച' അഭിഷേകം ചെയ്യും. ബുദ്ധൻ ജനിച്ച ദിവസം അദ്ദേഹത്തിനു മേൽ ഒമ്പത് വ്യാളികൾ വന്ന് അമൃത് ഒഴിച്ചു എന്നൊരു വിശ്വാസമുണ്ടവിടെ. അതിന്റെ പ്രതീകമായാണ് ഈ അഭിഷേകം. കൊറിയക്കാർ ഈ ചായയെ 'സുഗുച്ച' അല്ലെങ്കിൽ 'ഇസുൽച്ച' എന്നാണ് വിളിക്കുന്നത്.

അപ്പുറത്ത് 'ജന്റിയൽസ്'. കടുംനീലനിറത്തിൽ കോളാമ്പിയുടെ ആകൃതിയുള്ള ചെറിയ പൂക്കൾ. ഔഷധസസ്യമാണ്. കട്ടികൂടിയ നീണ്ട ഇലകൾക്കു നടുവിൽ കൂട്ടമായി വിടർന്നു നിൽക്കുന്ന അഞ്ചാറ് പൂക്കൾ. വിടർന്നു മലർന്നുനിൽക്കുന്ന നാല് നീലദളങ്ങൾ. നടുവിൽ ഉള്ളിലായി ചെറുപൂവ് പോലുള്ള വെളുത്ത അല്ലികൾ.

ഓരോ പൂക്കളും കടന്നുപോവുമ്പോൾ വർണചാരുതയുടെ വേറിട്ട കാഴ്ചകൾ. മലഞ്ചെരിവിൽനിന്ന് താഴോട്ടുള്ള തട്ടിൽ അരുകുപിടിച്ച് നിർമ്മിച്ച ഈ പൂക്കാഴ്ച്ചാമന്ദിരത്തിൽ ഹരിതഗൃഹത്തിന്റെ പുറംപറമ്പിൽ പരന്നഉദ്യാനവുമുണ്ട്.

ചെറുമരങ്ങൾ. ചെറുതും വലുതുമായ വള്ളിക്കുടിലുകൾ. പൂക്കളും വർണയിലകളും. പാറിനടക്കുന്ന ശലഭങ്ങൾ. ചെറുകിളികളും കിളിക്കൂടുകളും. പൂവാടിയിൽ ചുറ്റിക്കറങ്ങാം. തണലിലിരുന്ന് വിശ്രമിക്കാം. സൊള്ളാം. ഉല്ലസിക്കാം. സിക്കിമിന്റെ പരമ്പരാഗത വേഷംകെട്ടി പടം പിടിക്കാം. ചായയും ലഘുഭക്ഷണവും കഴിച്ച് നേരംപോക്കാം.

നഗരംവിട്ടുള്ള യാത്രയിലുടനീളം ജ്വലിക്കുന്ന ദീപനാളങ്ങൾക്കൊപ്പം പ്രസൂനപ്രഹർഷങ്ങളും മനസ്സിൽ പ്രാർഥനാചക്രങ്ങളായി മാറി. പൂക്കാഴ്ചകളുടെ മായികലോകത്തുനിന്ന് യാത്രയായത് 'റെംടെക്' മൊണാട്രിയിലേക്ക്.

'റെംടെക്' മൊണാസ്ട്രി. ധർമ്മചക്രകേന്ദ്രം. 'ഗ്യാൽവാങ് കർമ്മപ' യുടെ പ്രവാസസ്ഥലം. പതിനെട്ടാം നൂറ്റാണ്ടിന്റെ മദ്ധ്യത്തിൽ പന്ത്രണ്ടാമത്തെ 'കർമ്മപ ലാമ'യായ 'ചാങ്ചബ് ഡോർജെ'യുടെ നേതൃത്വത്തിൽ നിർമ്മിച്ചത്. 'കർമ്മ കഗ്യൂ' വംശജരുടെ സിക്കിമിലുള്ള ആസ്ഥാനം. തിബറ്റൻ ബുദ്ധമതത്തിലെ നാല് പ്രധാന വിഭാഗങ്ങളിൽ ഒന്നാണ് 'കർമ്മ കഗ്യു'. അവരുടെ ആത്മീയാചാര്യനാണ് 'കർമ്മപ ലാമ'. ആയിരത്തി തൊള്ളായിരത്തി അറുപ്പത്താറിൽ പതിനാറാമത്തെ കർമ്മപയായ 'രങ്ജങ് റിഗ്പെ ഡോർജെ'യാണ് ഇന്നത്തെ നിലയിൽ വിഹാരം നവീകരിച്ചത്.

ആയിരത്തി തൊള്ളായിരത്തി അമ്പത്തിഒമ്പതിൽ തിബത്തിൽനിന്ന് പലായനം ചെയ്ത് ഗാങ്ടോക്കിലെത്തിയ അദ്ദേഹം നാശോന്മുഖമായിക്കിടക്കുന്ന ഈ സമുച്ചയം തന്റെ പ്രവാസകേന്ദ്രമായി തെരഞ്ഞെടുക്കയായിരുന്നു. സിക്കിമിലെ രാജകുടുംബവും ജനങ്ങളും നൽകിയ പിന്തുണ പ്രേരണയായി. പിന്നിൽ പർവതങ്ങൾ. മുന്നിൽ മഞ്ഞു മല. ചുറ്റിലും ഒഴുകുന്ന അരുവികൾ. താഴെ കുത്തിയൊഴുകുന്ന നദി. ഗാങ്ടോക്കിലെ പശ്ചാത്തലപ്രകൃതിയുടെ ഈ ഒത്തിണക്കവും തീരുമാനത്തെ സ്വാധീനിക്കുകയുണ്ടായി. മഠത്തിന്റെ നിർമ്മാണം പൂർത്തിയായത് നാലു വർഷം കൊണ്ടായിരുന്നു.

ഗാങ്ടോക്ക് നഗരത്തിൽനിന്ന് ഇരുപത്തിനാല് കിലോമീറ്റർ അകലെ. കമഴ്ത്തിവച്ച വലിയ ചിരട്ടപോലുള്ള കുന്നിൻപുറത്ത്. ബുദ്ധമതതത്വപഠനത്തിന്റെയും ആത്മീയതേജസ്സിന്റെയും മഹാകേന്ദ്രമായ മൊണാസ്ട്രി. കർമ്മപയുടെ തിബറ്റിലെ ഇരിപ്പിടമായ സുർഫു ആശ്രമത്തിൽനിന്ന് കൊണ്ടുവന്ന വിശുദ്ധവസ്തുക്കളും മറ്റും ഇവിടെ സ്ഥാപിച്ചിട്ടുണ്ട്.

നടന്നുകയറുമ്പോൾ വലതുവശത്ത് ഒരാൾപൊക്കത്തിലുള്ള മതിൽക്കെട്ടിന്റെ പാതിയുയരത്തിൽ മന്ത്രമുദ്രാങ്കിതമായ പ്രാർഥനാചക്രങ്ങൾ. അവയിൽ കൈവിരലോടിച്ചുകൊണ്ടാണ് ഓരോരുത്തരും കയറിപ്പോകുന്നത്. കമനീയമായ കവാടത്തിൽ പരമ്പരാഗതമായ ടിബറ്റൻ മൊണാസ്റ്റിക് ശൈലിയിലുള്ള ചുവർച്ചിത്രങ്ങൾ. വാതിലിന്റെ നാലു വശത്തും പ്രപഞ്ചകാവൽക്കാരായ ദ്വാരപാലകന്മാരുടെ വലിയ ജീവത് പ്രതിമകൾ. കിഴക്ക് വിരുദകൻ. പടിഞ്ഞാറ് വിരുപാക്ഷൻ. തെക്ക് ധൃതരാഷ്ട്രർ. വടക്ക് വൈശ്രവണൻ. ഗണപതിയുടെ വേറിട്ടൊരു പെയിന്റിങും കവാടത്തിലുണ്ട്. റെംടെക് മഠത്തിന്റെ നിർമ്മാണാവസരത്തിൽ ഗണേശസാന്നിധ്യം അനുഭവപ്പെട്ടിരുന്നത്രേ.

നടുവിൽ നാലു നിലകളുള്ള പ്രധാനക്ഷേത്രം. ശ്രീകോവിൽമന്ദിരം. ഇതിന്റെ മേൽക്കൂരയിലെ മകുടം തനി തങ്കമാണ്. 'ഘാൻസിറ' എന്നു പേർ. അതിൽ അഞ്ച് വിതാനത്തിലുള്ള വ്യത്യസ്തരൂപങ്ങൾ. തഥാഗതന്റെ പഞ്ചപ്രതീകങ്ങൾ. താഴെയുള്ള താമര 'അമിതാബ'യാണ്. തൊട്ടു മുകളിലുള്ള ചക്രം 'വൈരോചന'. തൊട്ടുമുകളിൽ മണി-'അമോഘസിദ്ധി'. പിന്നെയുള്ള പാത്രം- 'അക്ഷോബ്യ'. ഏറ്റവും മുകളിലേത് രത്നം- 'രത്നസംഭവ'.

ഈ പ്രാർഥനാമന്ദിരത്തിന്റെ തൂണുകളിലും ചുവരുകളിലും 'കഗ്യു'

വംശത്തിന്റെ വലിയ പെയിന്റിങ്ങുകൾ. എട്ട് ബോധിസത്വന്മാർ. ശാക്യ മുനിബുദ്ധനും ബുദ്ധമതത്തിലെ എട്ടാമത്തെ പണ്ഡിതാഗ്രേസരരായ നാഗാർജുന, ആര്യദേവൻ, അസംഗ, വസുബന്ധു, ദിഗ്നാഗ, ധർമ്മകീർത്തി, ഗുണപ്രഭ, സഖ്യപ്രഭ എന്നിവരും. ശാക്യബുദ്ധമുനിയുടെ താത്വികപിൻമുറക്കാരായ പതിനാറ് അർഹതന്മാർ.

നിലത്തിട്ടിരിക്കുന്ന ചെറിയ മരബെഞ്ചുകളിൽ പ്രാർഥനാനിരതരായി നിരന്നിരിക്കുന്ന ബുദ്ധസന്യാസിമാർ. ഹാളിന്റെ പിൻഭാഗത്ത് പത്തടി ഉയരമുള്ള ശാക്യമുനിബുദ്ധപ്രതിമ. പാർശ്വസ്ഥരായി ശാരിപുത്രനും മംഗൽപുത്രനും. ഇരുവശത്തും സ്വർണവർണത്തിലുള്ള ബുദ്ധന്റെ ആയിരം ചെറിയ കളിമൺപ്രതിമകൾ. മുൻവശത്ത് മധ്യഭാഗത്ത് 'ഗ്യാൽവ കർമ്മപ'യുടെ അലങ്കരിച്ച വിശുദ്ധസിംഹാസനം. ഒപ്പം അനുചരരുടെ സിംഹാസനങ്ങളും.

'കർമ്മശ്രീ നളന്ദ ഇൻസ്റ്റിറ്റ്യൂട്ടി'ന്റെ ശ്രീകോവിലിന് നടുവിൽ ഒരു സ്വർണസ്തൂപം. 'ലബാബ് ചോഡൻ'. പതിമൂന്നടി ഉയരത്തിൽ. 'ജങ്ടപ് ചോർട്ടൻ' അഥവാ 'ഉണർവിന്റെ സ്തൂപം'.

വൈഡൂര്യവും പവിഴവും പതിച്ച് സ്വർണനൂലുകളും ലോഹപ്പണികളും കൊണ്ട് അലങ്കരിച്ചത്. പതിനാറാമത് ഗ്യാൽവാ കർമ്മപ 'രങ്ജങ് റിങ്പെ ഡോർജെ'യുടെ ഭൗതികാവശിഷ്ടങ്ങളടങ്ങുന്ന സ്മാരകം. തിബത്തിൽനിന്നു കൊണ്ടുവന്ന ദിവ്യവസ്തുക്കളും ഇതിനുള്ളിൽ അടക്കം ചെയ്തിട്ടുണ്ടത്രേ.

ഇവയ്ക്കൊപ്പം വജ്രധാരയുടെ അഞ്ചടിയുള്ള ശില്പം. തിലോപ, നരോപ, മാർപ, മിലാരേപ, ഗമ്പോപ, പതിനാറ് കർമ്മപകൾ, തായ്സി തു, പേമ വാങ്ചോക്ക്, ഗ്യാൽപോ എന്നിവരുടെ മൂന്നടി പ്രതിമകൾ. മഹാകാല, മഹാകാളി, വജ്രസാധു എന്നിവരുടെ രണ്ടടിരൂപങ്ങളും.

സ്തൂപത്തിന്റെ താഴത്തെ നിലയ്ക്ക് 'റിഡാഗ് ചോഖോർ' എന്നു പേർ. ബോധോദയം സിദ്ധിച്ച ബുദ്ധൻ ഇവിടെ ഏകാന്തധ്യാനത്തിലിരുന്നതായി സങ്കല്പിക്കുന്നു. ബ്രഹ്മാവും ഇന്ദ്രനും ഇവിടെ ബുദ്ധനെ സന്ദർശിച്ചിരുന്നത്രേ. ധർമ്മശിക്ഷണത്തിനായിട്ട്. ആയിരം ആരക്കാലുള്ള സുവർണചക്രവും വെളുത്ത വലംപിരിശംഖും അവർ ബുദ്ധപാദങ്ങളിൽ കാഴ്ചവച്ചു. ബുദ്ധനവർക്ക് ധർമ്മോപദേശം നൽകി. അതുകേട്ടുകൊണ്ട് അടുത്ത കാട്ടിൽനിന്ന് കയറിവന്ന ഹരിണമിഥുനങ്ങൾ ധർമ്മചക്രത്തെ കണ്ണിമക്കാതെ നോക്കിയത്രേ. എല്ലാ ബുദ്ധപ്രതിമയിലും ധർമ്മചക്രത്തോടൊപ്പം രണ്ടു മാനുകളെയും കാണാം. ബ്രഹ്മനും ഇന്ദ്രനും.

ധർമ്മചക്രം ബുദ്ധദർശനത്തിന്റെ പ്രതീകവും.

മൊണാസ്ട്രിയുടെ വിശാലാങ്കണത്തിലൂടെ ഉലാത്തുമ്പോൾ നേത്രജാലകത്തിൽ ഗാങ്ടോക് നഗരത്തിന്റെ താഴ്വരക്കാഴ്ച്ചകൾ. അപ്പുറവും ഇപ്പുറവും കുന്നുകളിലെ മരച്ചാർത്തുകൾ.

മടങ്ങുമ്പോൾ മനസ്സിൽ ബുദ്ധമന്ത്രധ്വനികളുമായി തിരിഞ്ഞുകൊണ്ടേയിരിക്കുന്ന പ്രാർഥനാചക്രങ്ങൾ അത് പെട്ടെന്നെവിടെയോ ഒന്നുടക്കിയതുപോലെ! പതിനേഴാമത്തെ 'കർമ്മപ' ആരെന്ന് ഇതുവരെ നിശ്ചയിച്ചിട്ടില്ലത്രേ. രണ്ടു വിഭാഗങ്ങൾ തമ്മിലുള്ള തർക്കങ്ങളുടെ കുരുക്ക്. ആരെന്നു നിശ്ചയിക്കാനാവാത്ത, അല്ലെങ്കിൽ തങ്ങളെന്ന് ഇരുകൂട്ടരും സ്വയം നിശ്ചയിച്ചുകൊണ്ടുള്ള അശാന്തി. വ്യവഹാരത്തിൽക്കുടുങ്ങിയ വിഹാരം. ദിവ്യമായ ദേവാലയത്തിന്റെ വിശുദ്ധിക്കു മുകളിലെ കാർമേഘപടലങ്ങൾ തീർഥവിശുദ്ധി നേടുന്നത് എപ്പോഴായിരിക്കും!!!

നഗരത്തെ ചുറ്റിയുള്ള പകൽസഞ്ചാരങ്ങൾ. മലമടക്കുകളും ചെങ്കുത്തായ താഴ്വരകളും... ഇലപൊഴിയും മരങ്ങളുടെ തമാലവനങ്ങൾ... നാട്ടുകാരായ ലെപാസ് വർഗക്കാരുടെ വീടുകളും കൃഷിയിടങ്ങളും... കൊച്ചരുവികളും നീർച്ചാലുകളും... മലഞ്ചെരിവുകളിൽ തുറിച്ചുന്തിനിൽക്കുന്ന പ്രീ-കാംബ്രിയൻ പാറകളിലെ മിനുസമുള്ള പാളികളും അടരുകളും... ഒരു മലയിലിൽനിന്ന് മറുമലയിലേക്കു സഞ്ചാരികളുമായി നീങ്ങുന്ന കേബിൾ കാറുകൾ...

താഴ്വരപ്പൊത്തിൽനിന്ന് പൊങ്ങിപ്പറന്ന് നഗരത്തെ വന്നുപൊതിഞ്ഞ് മാഞ്ഞുപോകുന്ന മൂടൽമഞ്ഞ്. കാഞ്ചൻജംഗയുടെ തിരുമുടിയിൽനിന്നുയർന്ന് ആകാശത്തിലൂടെ ഉരുണ്ടുനീങ്ങുന്ന മുകിലുകളുടെ പ്രാർഥനാചക്രങ്ങൾ.

●

8

നാഥുലായിലെ മേഘപതംഗങ്ങൾ

നാഥുലായിലെ ഇന്ത്യൻ സൈനികപോസ്റ്റ് (താഴെനിന്നുള്ള ദൃശ്യം)

സോങ്മോ തടാകം

ബാബാ ഹർബജൻ മന്ദിറിന്റെ ഉൾമുറി

നാഥു ലാ ചുരം

ചിത്രാങ്കിതമായ വർണക്കമ്പളത്തിന്റെ മേലങ്കിയിട്ട യാക്കുകൾ. ചായം പൂശിയ കൊമ്പുകളുലച്ച് ഞങ്ങളെ മാടിവിളിക്കയാണ്. ചാങ്ഗുത്തടാകക്കരയിൽ. 'സോങ്മോ' എന്ന നീഹാരസരസ്സ്. 'സോംഗോ' അല്ലെങ്കിൽ 'ചാങ്ഗു'. ആകാശത്താഴ്‌വരയിൽ മലനിരകളുടെ ചഷകത്തിൽ ഒഴിച്ചുവച്ച തുഹിനപാനീയം പോലെ. ഭൂട്ടിയ ഭാഷയിൽ 'സോ' എന്നാൽ തടാകം. 'ങ്മോ' എന്നാൽ തല. ശൈലശിരസ്സിലെ കൊച്ചുതടാകം.

നീലജലധിയിൽ പൊങ്ങിക്കിടക്കുന്ന നേർത്ത മഞ്ഞുപാളികൾ. ഓളങ്ങളിളകാത്ത ജലപ്പരപ്പിൽ ഗിരിമുടികൾ കണ്ണാടി നോക്കുന്നു. സ്ഫടികജലത്തിൽ മുങ്ങാങ്കുഴിയിട്ട് നീന്തുന്ന ബ്രാഹ്മണിഹംസങ്ങൾ. തലപൊക്കിനോക്കി ലോഗ്യം പറഞ്ഞ് ആഴങ്ങളിലേക്ക് ഊളിയിടുന്ന മത്സ്യക്കൂട്ടങ്ങൾ. തടാകവക്കുകളിൽ ഇലകളില്ലാത്ത ചെറുചെടികളും വെള്ളാരൻകല്ലുകളും. ചുറ്റോടുചുറ്റും ഉയർത്തിക്കെട്ടിയ ഇരുമ്പുവേലികൾ. ചാരനിറത്തിലുള്ള മലഞ്ചെരിവുകൾ നിറയെ പ്രാലേയപുഷ്പങ്ങളുടെ ധവളിമ. ഇടയിൽ അവിടവിടെ ഉന്തിനിൽക്കുന്ന കറുത്ത ഉരുളൻപാറകളോട് ചേർന്ന് ചെറിയ കുറ്റിപ്പുല്ലുകൾ.

'നാഥുലാ' ചുരത്തിലേക്കുള്ള ജവഹർലാൽ നഹ്റു ദേശീയപാതയോരത്ത്. ഗാങ്ടോക്കിൽനിന്ന് നാല്പത് കിലോമീറ്റർ ദൂരത്ത്. സമുദ്രനിരപ്പിൽനിന്ന് പന്ത്രണ്ടായിരത്തി മുന്നൂറ്റി പതിമൂന്ന് അടി ഉയരത്തിൽ. ഏതാണ്ട് ഇരുപത്തഞ്ച് ഹെക്ടറോളം വിസ്തൃതി. ഒരു കിലോമീറ്ററിനടുത്ത് നീളം. പരമാവധി വീതി അര കിലോമീറ്റർ. ശരാശരി ആഴം ഏതാണ്ട് അഞ്ചു മീറ്ററോളം.

ശൈത്യകാലത്ത് വെറും തുഷാരമൈതാനം. തടാകത്തിൽ ഋതുഭേദങ്ങളുണ്ടാക്കുന്ന നിറപ്പകർച്ച നോക്കി ബുദ്ധസന്യാസിമാർ ഭാവി പ്രവചിക്കാറുണ്ടത്രേ. ഗുരുപൂർണിമ ഉത്സവത്തിൽ സിക്കിമിലെ ജക്രിസ് വർഗക്കാർ തടാകതീരത്ത് ഒത്തുകൂടും. പൊയ്കയിലെ ഔഷധജലത്തിൽ സ്നാനം ചെയ്യുന്നു. രോഗശമനത്തിനായി.

പടവുകൾ ഇറങ്ങി കൈക്കുടന്നയിൽ വെള്ളം കോരി. മരവിപ്പിക്കുന്ന തണുപ്പ്. കൈകാലുകളും മുഖവും നനച്ചു. ജലരാശിപ്പരപ്പിൽ മിഴിക

ളൂന്നി ഇത്തിരിനേരം അനങ്ങാതെ നിന്നു. കാലപ്പകർച്ചയനുസരിച്ച് പരിണമിച്ചുകൊണ്ടിരിക്കുന്ന പ്രകൃതിജലശേഖരത്തിന്റെ ഭാവവ്യതിയാനങ്ങൾ! പതുക്കെ കരയിലൂടെ ചുറ്റി നടന്നു.

കൂട്ടുകാരിൽ ചിലർ യാക്കിൻപുറത്ത് സവാരിക്കൊരുങ്ങുന്നു. ചിലർ കയറിയിരുന്നും ചേർന്നുനിന്നും പടംപിടിക്കുന്നു. ചിലർ തൊട്ടുതലോടി കൗതുകം കൊള്ളുന്നു.

കാളക്കൂറ്റനെപ്പോലെ തോന്നിപ്പിക്കുന്ന കറുത്തനിറത്തിലുള്ള വലിയ മൃഗം. ഹിമാലയനിരകളിൽ പൊതുവെ കണ്ടുവരുന്ന കാലിവർഗം. 'യാക്ക്'- ബിലാത്തിഭാഷയാണ്. തിബത്തൻഭാഷയിൽ ആൺ വർഗത്തിന് 'ഗ്യാഗ്' എന്നു പേര്. പെണ്ണ് 'ഡ്രി' അല്ലെങ്കിൽ 'നാക്'. നാമിതിനെ 'ചമരിക്കാള' എന്നു വിളിക്കാറുണ്ട്. ശരീരം നിറയെ രോമങ്ങൾ. കഴുത്തിൽ ഇരുവശത്തും തൂങ്ങിക്കിടക്കുന്നവയ്ക്ക് നീളക്കൂടുതൽ. മലങ്കൂറ്റുകാർ പാലിനും തോലിനും മാംസത്തിനുമായി വളർത്തുന്നു.

പാർക്കു ചെയ്ത വണ്ടിയിൽ ചാരി കാസരഭംഗിയിൽ മനംമയങ്ങി മിഴിച്ചു നിൽക്കുന്നവർ... അതുമിതും വിളിച്ചു പറഞ്ഞുകൊണ്ട് വെള്ളത്തിലേക്ക് ചെറുകല്ലുകൾ പെറുക്കിയെറിയുന്നവർ... തടാകദൃശ്യങ്ങൾ ക്യാമറയിൽ പകർത്തുന്നവർ... ആർത്തുല്ലസിച്ച് നടകൊള്ളുന്നവർ... തലങ്ങും വിലങ്ങും വെറുതെ ചുറ്റിക്കറങ്ങുന്നവർ... ഇരുകരകളെ ബന്ധിപ്പിക്കുന്ന മഞ്ഞുപാലത്തിലൂടെ അങ്ങോട്ടുമിങ്ങോട്ടും പോകുന്നവർ... ചുടുചായ വാങ്ങി ഊതിയൂതിക്കിടിക്കുന്നവർ... തട്ടുകടകളിൽനിന്നു ലഘുഭക്ഷണം വാങ്ങിത്തിന്നുന്നവർ...

മലഞ്ചെരിവിൽ ദൂരെയൊരിടത്ത് ഉയരത്തിൽപ്പണിത പടവുകൾക്കുമുകളിൽ വലിയൊരു ശിവപ്രതിമ. ഒരു കാൽ തൂക്കിയിട്ട് മറുകാൽ മടക്കിയിരിക്കുന്ന കൈലാസനാഥൻ. ധ്യാനനിമഗ്നൻ. ഇടംകൈയിൽ ഡമരു കെട്ടിയ ത്രിശൂലം. വലതുകൈയിൽ അഭയമുദ്ര. ഇരുവശവും പ്രണവമന്ത്രമെഴുതിയ കാവിധ്വജങ്ങൾ. ചന്ദ്രകലാധരന്റെ നെറുകയിലേക്ക് ഒലിച്ചിറങ്ങുന്ന വിൺഗംഗപോലെ മലമുകളിൽനിന്ന് ഒരു കൊച്ചരുവി പാൽനുരകൾ ചിതറിക്കൊണ്ട് കുത്തിയൊലിക്കുന്നു. തടാകത്തിൽനിന്നുള്ള തണുത്ത കാറ്റ്. ഇളവെയിൽ. മലഞ്ചെരിവുകൾ ചുറ്റിയുള്ള ഒന്നരമണിക്കൂർ യാത്രയുടെ ക്ഷീണമകന്നു.

രാവിലെ പ്രാതൽ കഴിച്ച് ഗാങ്ടോക്കിൽനിന്ന് യാത്രയാരംഭിച്ചതാണ്. നാഥുലായിലേക്ക്. മലമടക്കുകളിലൂടെ ഇതുവരെ ചെയ്തതിൽവച്ച്

ഏറ്റവും ദുർഘടമായ സഞ്ചാരം. 'ക്യോങ്നോസ്‌ല' എന്ന സ്ഥലത്തെത്തിയപ്പോൾ വണ്ടി നിർത്തി.

'ക്യോങ്നോസ്‌ല' ടൂറിസം കഫേ മാർക്കറ്റ്. ദേശീയപാതയിലെ കൊച്ചങ്ങാടി. യാത്രക്കാരുടെ ഇടത്താവളം. ഏതാനും കടകൾ. രണ്ടു മൂന്നു കഫേകൾ. മലഞ്ചെരിവിൽ ചില ചെറിയ വീടുകൾ. താഴ്‌വരയിൽ പതഞ്ഞൊഴുകുന്ന ഒരു കൊച്ചരുവി.

ക്യോങ്നോസ്‌ല ആൽപൈൻ സങ്കേതം. കിഴക്കൻ സിക്കിമിലെ പ്രധാന പ്രകൃതി സംരക്ഷണകേന്ദ്രം. പന്ത്രണ്ട് ചതുരശ്ര മൈൽ വിസ്തൃതിയിൽ. സസ്യജന്തുജാലങ്ങളാൽ സമ്പന്നമായത്. വംശനാശ ഭീഷണി നേരിടുന്ന 'സൈപ്രിപീഡിയം ടിബെറ്റിക്കം (Cypripedium tibeticum)' മുതലായ ഗ്രൗണ്ട് സ്ലീപ്പർ ഓർക്കിഡുകൾ. സിക്കിമിന്റ സംസ്ഥാനവൃക്ഷമായ 'റോഡോഡെൻഡ്രോണുകൾ' (Rhododendron niveum). ഉയരമുള്ള ചൂരച്ചെടികൾ. ദീർഘകായന്മാരായ വെള്ളിദേവദാരുക്കൾ.

ഡ്രൈവർ ഒരു ചായക്കടയിലേക്കു കയറി. പിറകെ ഞങ്ങളും. ചൂടു ചായ ഊതിക്കുടിക്കുന്നതിനിടയിൽ ഡ്രൈവർ സന്ദീപ് ലെപ്ചയുടെ ഉപദേശം:

"നാഥുലാ മേം ബഹുത് ഠണ്ഡ ഹൈ. യഹ് ഓവർകോട്ട് കിരായി പർ ഉപലബ്ധ് ഹൈ. കിസി കോ ചാഹിയേ ഥൊ ഖരീദ് സക്തേ ഹൈം."

നാഥുലായിൽ അപ്പോൾ ഏഴു ഡിഗ്രിയത്രേ പകൽച്ചൂട്. ചായ കുടിച്ച ശേഷം എല്ലാരും ഓവർക്കോട്ട് വാങ്ങി ധരിച്ചു. മടങ്ങി വരുമ്പോൾ തിരികെ നൽകിയാൽ മതി. ഇരുന്നൂറ് രൂപ വാടക. ഇത്തിരി കൂടുതലാണോ എന്ന ശങ്കിച്ചു. വേറെ നിവൃത്തിയില്ല. നേരത്തെ വിവരമറിഞ്ഞിരുന്നെങ്കിൽ എം.ജി മാൾറോഡിൽനിന്ന് പുതുതൊന്ന് വാങ്ങാമായിരുന്നു. വിലക്കുറവിൽ.

ഡ്രൈവർ വണ്ടിയിൽക്കയറി ഹോണടിച്ചു. ഇന്നലെ ഗണേശ് ഗുരുങിൽനിന്ന് സാരഥ്യം ഏറ്റെടുത്ത സന്ദീപ് ലെപ്ച. തടിച്ചു കുറുകിയ ഒരു മംഗോളിയൻ. വയസ്സ് അമ്പത്തഞ്ചാണത്രേ. മുപ്പത്തഞ്ചോ നാല്പതോ എന്നേ കണ്ടാൽ തോന്നൂ. കഴിഞ്ഞ മുപ്പത് വർഷമായി മലമ്പാതയിലൂടെ വണ്ടിയോടിക്കാൻ തുടങ്ങിയിട്ട്. നാലു പെൺമക്കളെ നല്ല നിലയിൽ കെട്ടിച്ചുവിട്ടു. രണ്ടാൺമക്കൾ വലിയ ഉദ്യോഗസ്ഥർ. ഭാര്യ മരിച്ചുപോയി. നഗരപ്രാന്തത്തിൽ ഒറ്റക്കാണ് താമസം. സദാ പുഞ്ചിരിക്കുന്ന പ്രസന്നവദനം. ചുണ്ടത്തെപ്പോഴും മൂളിപ്പാട്ട്. തിബത്തൻ നാടോടിപ്പാ

ട്ടോ നേപ്പാളി സിനിമാഗാനമോ...

'സോങ്മോ'തടാകക്കരയിലെത്തും വരെ പതിയെ പാടിക്കൊണ്ടാണ് അയാൾ വണ്ടിയോടിച്ചുകൊണ്ടിരുന്നത്. അടുത്തുവന്നിരിക്കുന്നവരോട് പേരും നാടും ചോദിച്ചറിഞ്ഞു. കേരളത്തെക്കുറിച്ച് അയാൾ കേട്ടിട്ടേയുള്ളൂ. ഒന്നുമറിയില്ല. ഞങ്ങളുടെ കൂട്ടത്തിലുള്ള ഇരിട്ടിക്കാരനായ യുവഅധ്യാപകൻ മുറിയൻ ഹിന്ദിയിൽ അയാൾക്ക് കേരളമാഹാത്മ്യം വിവരിച്ചുകൊടുത്തു. വലിയ താല്പര്യം കാട്ടാതെ, മനസ്സിലാവുന്നു എന്ന മട്ടിൽ അയാൾ അലസമായി മൂളിക്കൊടുത്തു.

തടാകക്കാഴ്ചയിൽ മനംമയങ്ങി നിൽക്കുമ്പോഴാണ് സന്ദീപിന്റെ വിളി. "ജൽദി ആഓ. സമയ് നഹീ ഹെ." എല്ലാരും വേഗത്തിൽ വാഹനം പൂകി. അധികം വൈകിയാൽ നാഥുലായിലേക്കു പ്രവേശിപ്പിക്കില്ല. ഇന്നലെ ഗാംഗ്ടോക്കിൽ നിന്ന് ഐ.ഡി കോപ്പി സഹിതം പ്രത്യേക അപേക്ഷ കൊടുത്ത് പ്രവേശനപത്രം വാങ്ങിയതാണ്. ഇന്ത്യൻ പൗരന്മാർക്കുമാത്രമേ 'നാഥുലാ' ചുരം സന്ദർശിക്കാൻ അനുമതിയുള്ളൂ. ഞായർ, ബുധൻ, വ്യാഴം, ശനി, ദിവസങ്ങളിൽ മാത്രം. അനുവദിച്ച സമയത്തിനുള്ളിൽ പോയി മടങ്ങണം.

തിബറ്റൻ ഭാഷയിൽ 'നാഥു' എന്നാൽ 'കേൾക്കുന്ന ചെവികൾ'. 'ലാ' എന്നാൽ വഴി. ചെവി കേൾക്കുന്ന വഴി. നാഥുലാ ചുരം. ഗാങ്ടോക്കിൽനിന്ന് അമ്പത്തിനാല് കിലോമീറ്റർ ദൂരത്ത്. ഇന്ത്യാ-ചൈനാ അതിർത്തിയിൽ. സമുദ്രനിരപ്പിൽനിന്ന് പതിനാലായിരത്തി ഒരുന്നൂറ്റ് നാല്പത് അടി ഉയരത്തിൽ. ശൈത്യകാലത്ത് മൈനസ് ഇരുപത്തഞ്ചു വരെ താഴുന്ന താപനില. സിക്കിമിനെ തിബത്തുമായി കൂട്ടിയിണക്കുന്ന ഹിമായൻപാത. തിബത്തൻതലസ്ഥാനമായ ലാസയിലേക്ക് അഞ്ഞൂറ്റമ്പത് കിലോമീറ്റർ അകലം. ഇന്ത്യയ്ക്കും ചൈനയ്ക്കുമിടയിൽ നേരിട്ടുള്ള ഏക സഞ്ചാരമാർഗം. ഏഷ്യാഭൂഖണ്ഡത്തിലെ പഴയ 'സിൽക്ക് റോഡി'ന്റെ ഭാഗം.

'സിൽക്ക് റോഡ്' അഥവാ പട്ടുപാത. ചരിത്രപ്രസിദ്ധമായ ദീർഘ സഞ്ചാരപഥം. ഒറ്റയല്ല, വിവിധപാതകളുടെ സമുച്ചയം. സഹസ്രാബ്ദങ്ങളായി ഏഷ്യയുടെ പടിഞ്ഞാറും കിഴക്കും തമ്മിൽ ജീവിതത്തിന്റെ കൊണ്ടുകൊടുക്കലുകളും കച്ചവടവും നടന്ന വഴി. മെഡിറ്ററേനിയൻ, ഏഷ്യാമൈനർ മുതൽ ചൈന, ജപ്പാൻ വരെ. കടലും കരയും നദിയും പർവതശിഖരങ്ങളും താണ്ടിയുള്ള എണ്ണായിരം കിലോമീറ്റർ.

നാഥുലാ ചുരത്തിൽ വണ്ടിയിറങ്ങിയപ്പോൾ ചെറിയ തലകറക്കം പോലെ. ശരീരമാകെ എന്തൊക്കെയോ അസ്വസ്ഥത. സന്ദീപ് ലെപ്ച ചിരിച്ചുകൊണ്ട് എല്ലാരോടുമായി ഉറക്കെ വിളിച്ചു പറഞ്ഞു:

"ഡർനാ നഹിം ചാഹിയേ. യഹാം ഓക്സിജൻ കീ കമീ ഹെ. ബസ് ഥോഡാ ധേർ ചലോ."

ശരിയാണ്. പ്രാണവായു കുറവാണ്. നന്നായി ദീർഘശ്വാസമെടുത്ത് കുറച്ച് നിമിഷം അനങ്ങാതെ നിന്നപ്പോൾ ശരീരം സാധാരണനിലയിലായി. പ്രവേശനപാസും തിരിച്ചറിയൽ കാർഡും കാണിച്ച് വരിവരിയായി പടവുകൾ കയറി വ്യൂ പോയന്റിലെത്തി. ക്യാമറയോ ഫോണോ അനുവദിക്കില്ല.

അല്പം ഉയർന്ന പ്രതലത്തിൽ വിശാലമായ അങ്കണം. പടവുകൾ കയറിച്ചെല്ലുന്നിടത്ത് ഉയരത്തിൽ വീശിപ്പറക്കുന്ന വലിയ ത്രവർണപതാക. പൂർണനിശ്ശബ്ദത. സന്ദർശകർ ഉച്ചത്തിൽ സംസാരിക്കാൻ പാടില്ല. മുറ്റത്തിന്റെ ഇടതുവശത്ത് ചെറിയൊരു സൈനികപോസ്റ്റ്. അകത്തും പുറത്തുമായി നമ്മുടെ നാലഞ്ച് സൈനികർ.

വലത്തെ അരുകിൽ നീളത്തിലുള്ള വേലിക്കെട്ട്. കുന്നിൻ മുകളിൽനിന്നു തുടങ്ങി താഴ്‌വരയിലേക്ക് നീളുന്ന അതിരടയാളം. ഇപ്പുറം ഇന്ത്യൻമണ്ണ്. അപ്പുറം ചൈനയുടെ. അവിടെ ഇതിനേക്കാൾ ചെറിയ മുറ്റം. അവരുടെ സൈനിക പോസറ്റ് കാലിയാണ്. ചൈനീസ് സൈനികരാരുമില്ല. എന്നാൽ അതിനരികിൽ വേലിയോട് ചേർന്ന് ശരീരം നിറയെ ആയുധങ്ങളുമായി ഒരു ഇന്ത്യൻസൈനികൻ. നിശ്ചലനായി നിൽപ്പാണ്. ചുറുചുറുക്കുള്ള ഒരു യുവാവ്. ആറരയടിയോളം പൊക്കമുള്ള ആജാനബാഹു. ദൃഢമായ ശരീരം. പ്രസരിപ്പുള്ള മുഖം. പിരിച്ചു കയറ്റിവച്ച കൊമ്പൻമീശ. തിളങ്ങുന്ന കണ്ണുകൾ. ഗൗരവം മുറ്റിയ പ്രസന്നഭാവം. ചുറ്റുപാടും സദാ വീക്ഷിച്ചുകൊണ്ട് നിൽപ്പാണ്.

സന്ദർശകാരായ ഞങ്ങളെ കണ്ടപ്പോൾ ചുണ്ടിലും കണ്ണിലും നേരിയ പുഞ്ചിരിയല. പേരന്വേഷിച്ചു. "ഉദയ്സിങ്'. നാടെവിടെയാണെന്ന് ആരോ ചോദിച്ചു. ദഹിപ്പിക്കുന്ന ഒരു നോട്ടം. "മേരാ ദേശ് ഭാരത് ഹെ." ഉറച്ചശബ്ദം. നിറഞ്ഞ ആത്മാഭിമാനം. ത്രസിക്കുന്ന രാജ്യ സ്നേഹം. "മേരാ ജന്മ് ഭാരത് മേം. ഭാരത് കേ ലിയേ ജി രഹാ ഹും. ഭാരത് കേ ലിയേ മരേങ്കെ." ആ വീരസ്വരം മലങ്കാറ്റിൽ അലചേർന്നു. ഞങ്ങൾ തല കുനിച്ചു. 'ഭാരത് മാതാ കീ ജയ്' വിളിച്ച് സല്യൂട്ട് ചെയ്തു.

ആയിരത്തി തൊള്ളായിരത്തി അമ്പതിൽ ചൈന തിബത്ത് പിടിച്ചെ

ടുത്തപ്പോൾ ഈ ചുരം വഴിയാണ് തിബത്തൻ അഭയാർഥികൾ സിക്കിമിലേക്ക് പലായനം ചെയ്തത്. അറുപത്തിരണ്ടിലെ ചൈനീസ് അക്രമത്തിനു ശേഷം നാഥുലാ ചുരം ഇന്ത്യൻസൈന്യം അടച്ചിടുകയായിരുന്നു. എഴുപത്തഞ്ചിൽ സിക്കിം ഇന്ത്യയിൽ ലയിച്ചതോടെ പൂർണനിയന്ത്രണം നമുക്കായി. രണ്ടായിരത്തി മൂന്നിൽ പ്രധാനമന്ത്രിയായിരുന്ന അടൽബിഹാരി വാജ്‌പെയാണ് ചുരം തുറക്കാനുള്ള ചർച്ചകൾക്ക് തുടക്കമിട്ടത്. നിരവധി ഉഭയകക്ഷി കരാറുകൾക്ക് ശേഷം രണ്ടായിരത്തി ആറിൽ ചുരം വീണ്ടും തുറക്കുകയായിരുന്നു.

ആഴ്ചയിൽ രണ്ടു തവണ ഇവിടെ കൗതുകകരമായ ഒരു ചടങ്ങ് നടക്കാറുണ്ടത്രേ. ഞായറാഴ്ചയും വ്യാഴാഴ്ചയും. കാലത്ത് എട്ടരയ്ക്ക്. വെറും മൂന്നു മിനിട്ട് മാത്രം. ഇരുരാജ്യങ്ങളിലെയും രാജ്യാന്തര തപാൽ ഉരുപ്പടികൾ അഞ്ചൽക്കാർ കൈമാറുന്നു. നാഥുലായിലെ ഷെറാത്താംഗ് ബോർഡർ പോസ്റ്റിൽ വച്ച്. പരസ്പരമിണ്ടാട്ടമില്ല. മെയിൽ കിട്ടിബോധിച്ചുവെന്ന് കുറിപ്പെഴുതി ഒപ്പുവച്ച് ബാഗുകൾ അങ്ങോട്ടുമിങ്ങോട്ടും കൊടുക്കുന്നു. ഉരുപ്പടികൾ ഒന്നുമില്ലെങ്കിലും ഒഴിഞ്ഞ ബാഗുകൾ കൈമാറും.

ഒരതിർത്തിവരയുടെ ലാളിത്യവും സങ്കീർണതകളും. മനസ്സിന്റെ മണിച്ചട്ടത്തിൽ കൂട്ടിയും കുറച്ചും ഗണിച്ചുനോക്കി. രാജ്യാതിർത്തികൾ... കൈവശത്തർക്കങ്ങൾ... ഏറ്റുമുട്ടലുകൾ... സന്ധിസംഭാഷണങ്ങൾ... ഉഭയകക്ഷി ഉടമ്പടികൾ... കരാർ ലംഘനങ്ങൾ... സൈനിക നടപടികൾ... നയതന്ത്രങ്ങൾ...

താഴത്തെ മലഞ്ചരിവുകളിൽ മരങ്ങളോ ചെടികളോ പുല്ലുകളോ ഇല്ല. തുറിച്ചുനിൽക്കുന്ന തവളക്കണ്ണുകൾപോലെ ചെറുപാറകളും ചാരനിറത്തിലുള്ള മണ്ണും മാത്രം. മുകളിലേക്ക് ഉയർന്നുപോകുന്ന പർവത മതിലിലും താഴ്‌വരകളിലും ഏകതാനമായ കാഴ്ചകൾ. മനുഷ്യവാസമില്ല. അങ്ങിങ്ങ് ചില സൈനികകുടീരങ്ങൾ. വെളുത്ത മേഘത്തുണ്ടുകൾ ചുറ്റിലും പാറി നടക്കുന്നു. എവിടെയോ കൂടുപൊട്ടി പരന്നു പറക്കുന്ന വെളുത്ത ശലഭങ്ങളെപ്പോലെ.

അധികനേരം ചെലവിടാൻ അനുവാദമില്ല. പാസിൽ അടിച്ച സമയമായാൽ സന്ദർശകർ തിരിച്ചുപോകണം. ഒരു ഗാർഡ് വിസിലടിച്ച് ഞങ്ങളോട് ഇറങ്ങാൻ ചൂണ്ടിക്കാണിച്ചു.

ഇറങ്ങിയെത്തിയത് ബാബാ മന്ദിറിനു മുന്നിൽ. വിചിത്രമായ ദേവാലയം. വീരമൃത്യുവടഞ്ഞ ഒരു സൈനികനാണ് മൂർത്തി. ക്യാപ്ടൻ ബാബാ

ഹർഭജൻ സിങ്. ഇരുപത്തിമൂന്നാം പഞ്ചാബ് റെജിമെന്റിലെ സൈനികൻ. ഇരുപത്തിരണ്ടാമത്തെ വയസ്സിൽ സാഹസികപോരാട്ടത്തിൽ രക്തസാക്ഷിയായവൻ. ഇന്ത്യാ-ചൈനാ യുദ്ധത്തിൽ. മുപ്പത്തി മുക്കോടിയും കഴിഞ്ഞുള്ള പുതുദേവത! യുദ്ധവീരനായി പടവെട്ടിവീണ മന്ദപ്പൻ കതുവനൂർവീരനെന്ന തെയ്യമായതുപോലെ. ബാബാ ഹർബജൻ സിങ് എന്ന ദൈവക്കരു!

മഞ്ഞുറഞ്ഞ അരുവിയിൽ മുങ്ങിപ്പോയ അദ്ദേഹത്തിന്റെ മൃതദേഹം മൂന്ന് ദിവസങ്ങൾക്ക് ശേഷമാണ് ലഭിച്ചത്. തന്റെ മൃതദേഹമെവിടെയെന്ന് അദ്ദേഹം സഹപ്രവർത്തകരിൽ ഒരാൾക്ക് ഉറക്കത്തിൽ വന്ന് സൂചന നൽകിയത്രേ. സ്വപ്നദർശനത്തിൽ നിർദേശിച്ച അതേ സ്ഥലത്ത് നിന്നുതന്നെ മൃതദേഹം കണ്ടെടുത്തെന്നാണ് പറയപ്പെടുന്നത്. ക്ഷേത്രം പണിയാനുള്ള അരുളപ്പാടും ആ സ്വപ്നത്തിൽ ഉണ്ടായത്രേ. നാഥുലായിലെ സൈനികപോസ്റ്റിൽ നിയുക്തരാവുന്നവരെ ഹർബജൻ സിങ് സംരക്ഷിക്കുന്നുവെന്നാണ് വിശ്വാസം. സൈനികർ മുടങ്ങാതെ അവിടെ ആരാധന നടത്താറുണ്ട്. ആയിരത്തി തൊള്ളായിരത്തി എൺപത്തിരണ്ട് നവംബറിൽ പഴയ ബാബാ മന്ദിർ പുതുക്കിപ്പണിതു.

ലളിതമായ ചെറിയ അമ്പലം. കടന്നു ചെല്ലുമ്പോൾ മുന്നിലൊരു തുറന്ന മുറി. ചുമരിൽ ഹർബജൻ സിങിന്റെ വലിയൊരു ഫോട്ടോ മാലയിട്ട് വച്ചിരിക്കുന്നു. താഴെ അദ്ദേഹത്തിന്റെ അർധകായപ്രതിമ. മുന്നിൽ കൊളുത്തിവച്ച പല വലുപ്പത്തിലുള്ള വിളക്കുകൾ. ഒരു ഭാഗത്ത് അദ്ദേഹത്തിന്റ ഓഫീസ് മുറി. അപ്പുറത്ത് കിടപ്പുമുറി. അവയിൽ അദ്ദേഹമുപയോഗിച്ച വസ്തുക്കളും യൂണിഫോമും മറ്റും.

മറ്റൊരു മുറിയിൽ ചുമരിൽ ബാബായുടെ വലിയ ഫോട്ടോ. ഇരുവശത്തുള്ള തട്ടലമാരകൾ നിറയെ വെള്ളം നിറച്ച കുപ്പികൾ അടുക്കിവച്ചിരിക്കുന്നു. ഭക്തർ വഴിപാടായി സമർപ്പിക്കുന്നവയാണ്. ദിവസങ്ങൾ കഴിഞ്ഞ് അവർ അത് തിരിച്ചെടുത്തുകൊണ്ടുപോകും. ബാബാ ഹർബജൻസിങിന്റെ പ്രസാദം. വീരസൈനികന്റെ ദിവ്യാനുഗ്രഹത്താൽ ജലത്തിന് രോഗശാന്തിസിദ്ധി കൈവരുമത്രേ.

മരണമില്ലാത്ത സൈനികനായാണ് ഹർബജൻ സിങിനെ പട്ടാളവകുപ്പ് പരിഗണിച്ചത്. സാധാരണ ശിപായി ആയിരുന്ന അദ്ദേഹത്തെ ഓണററി ക്യാപ്റ്റനായി ഉയർത്തി. മഹാവീരചക്ര നൽകി. കുടുംബത്തിന് മുടങ്ങാതെ ശമ്പളം അയച്ചുകൊണ്ടിരുന്നു. വർഷന്തോറും സെപ്റ്റംബർ പതിനാലിന് വാർഷികാവധി അനുവദിക്കും. അന്ന് അദ്ദേഹ

ത്തിന്റെ സാധനങ്ങൾ പായ്ക്ക് ചെയ്ത് മറ്റ് സൈനികരോടൊപ്പം ട്രെയിനിൽ ജന്മനാടായ കപൂർത്തലയിലേക്ക് അയക്കുകയും അതേ രീതിയിൽ തിരികെ കൊണ്ടുവരികയും ചെയ്തുപോന്നത്രേ. രണ്ടായിരത്തി പതിനാറിൽ മുഴുവൻ ഔദ്യോഗികബഹുമതികളോടെ വിരമിച്ചതായി കണക്കാക്കി.

ബാബാ മന്ദിറിൽനിന്നുകൊണ്ട് 'നാഥുലാ' ചുരത്തിലേക്ക് നോക്കി. റോഡിനോട് ചേർന്നുകെട്ടിയ കരിങ്കൽഭിത്തിയിൽ വെളുത്ത ചായത്തിൽ വലുതായി എഴുതിവച്ചിരിക്കുന്നു: 'Proud to be an indian'. ഇംഗ്ലീഷിലും ഹിന്ദിയിലും. നൂറ്റിമുപ്പത് കോടിയിലേറെ ഇന്ത്യക്കാരുടെ അഭിമാനവചനം! പാറാവു നിൽക്കുന്ന ഉദയ്സിങ് എന്ന സൈനികന്റെ ദൃഢസ്വരം! സൈനികപോസ്റ്റിൽ ആകശം തൊട്ടുയർന്ന ദേശീയ പതാകയിലും മിത്തിൽ ഉറഞ്ഞ ബാബാ മന്ദിറിലും വെളുത്ത മേഘപതംഗങ്ങളായി ആ അക്ഷരങ്ങൾ ചുറ്റിപ്പറക്കയാണോ!

മടക്കയാത്രയിലെ മയക്കത്തിനിടെ കൺതുറന്നപ്പോൾ മലനിരകൾക്കപ്പുറത്ത് ആകാശത്താഴ്‌വരയുടെ വിഭൂതിതിലകമായി കാഞ്ചൻജംഗയുടെ ശിഖരശോഭ.

●

9

യാത്രയുടെ കണക്കുപുസ്തകം

ഗാങ്ടോക് നഗരക്കാഴ്ച - ഗണേശ്ടോകിന് മുകളിൽനിന്ന്

ഹനുമാൻടോക്

ഗണേഷ്ടോക്

ഗാങ്ടോക് നഗരം

അവർ പടികൾ കയറിവരികയാണ്. ഹനുമാൻടോക്കിന്റെ ചവിട്ടുപടികൾ. എന്റെ കോഴിക്കോടൻ സുഹൃത്തും അയാളുടെ ബലിഷ്ഠമായ തോളിൽത്തൂങ്ങിക്കൊണ്ട് ആ വൃദ്ധദമ്പതികളും. കൈവരികളിൽപ്പിടിച്ച് പതുക്കെ അടിവച്ചു കയറുന്ന ആ വക്കീൽദമ്പതികളെ സുഹൃത്ത് പിറകിലൂടെ കൈചേർത്ത് താങ്ങിപ്പിടിച്ചിട്ടുണ്ട്. മുകളിലെത്തി. ഇരുവശത്തും ചെറിയ മുഖമണ്ഡപങ്ങൾ. കിതച്ചുതളർന്ന ദമ്പതികളെ അയാൾ ചാരുബഞ്ചിൽ ഇരുത്തി. കുപ്പിതുറന്ന് വെള്ളം കൊടുത്തു. തൂവാലയെടുത്ത് അവരുടെ മുഖം തുടച്ചുകൊടുത്തു. ബാഗിൽനിന്ന് ആപ്പിൾ എടുത്ത് മുറിച്ച് കൈകളിൽ വച്ചുകൊടുത്തു.

ഇങ്ങോട്ടുള്ള തീവണ്ടിയാത്രയിൽ സഹയാത്രികരെ തീർത്തും അവഗണിച്ച് മുഖംതിരിച്ചിരുന്നയാൾ. എത്ര പെട്ടെന്നാണ് അയാൾ കൂടെയുള്ളവരുടെ ഉറ്റവനായി മാറിയത്. ഇന്നലെ നാഥുലായിൽനിന്ന് തിരിച്ചെത്തിയപ്പോൾ കൂട്ടത്തിലൊരാൾക്ക് തലകറക്കവും ഛർദ്ദിയും. അദ്ദേഹത്തെ അടുത്തുള്ള ക്ലിനിക്കിൽ കൊണ്ടുപോകാനും കൂടെനിന്ന് ചികിത്സിക്കാനും മുന്നിട്ടിറങ്ങിയത് ഇദ്ദേഹംതന്നെ. നീണ്ടസഞ്ചാരത്തിനിടയിൽ ഏതെങ്കിലും ഇടത്താവളങ്ങളിലെത്തുമ്പോൾ അയാൾ ആദ്യം ചാടിയിറങ്ങും. എല്ലാർക്കും ഓറഞ്ചും ആപ്പിളും വാങ്ങിക്കൊടുക്കും. കൂട്ടത്തിലുള്ള കുട്ടികൾക്ക് ചോക്ലേറ്റുകളും. പ്രായം ചെന്നവരെ കൈ പിടിച്ച് വണ്ടിയിറക്കുകയും കയറ്റുകയും ചെയ്യും. ഓരോയിടത്തെത്തുമ്പോഴും എല്ലാരെയും ഒരുമിച്ചുനിർത്തി ഫോട്ടോയെടുക്കും. ശ്രദ്ധയിൽപ്പെടാത്ത കാര്യങ്ങൾ ചൂണ്ടിക്കാണിച്ചുകൊടുക്കും. വാചാലനും ഉത്സാഹിയുമായി യാത്രയുടെ അമരക്കാരനായി മാറി അയാൾ.

ഹനുമാൻടോക്കിന്റെ മുകൾത്തട്ടിലെ ചാരുബെഞ്ചിലിരുന്ന് ദൂരെ വെയിലിൽ വെട്ടിത്തിളങ്ങുന്ന കാഞ്ചൻജംഗയെ നോക്കിയിരിക്കയായിരുന്നു ഞാൻ. യാത്രയിലുടനീളം നിറസാക്ഷിയായി പിന്തുടർന്നുകൊണ്ടിരുന്ന സ്ഥാവരസൗന്ദര്യം. കാറ്റിൽത്തലയാട്ടി നിൽക്കുന്ന കോണിഫറസ്മരങ്ങൾ. താഴ്വരകളിൽ ചിതറിയൊഴുകുന്ന വെളിച്ചം. നിറഞ്ഞുപരക്കുന്ന, കണ്ണഞ്ചിക്കുന്ന, തണുത്ത വെയിൽ. സൂര്യകിരണങ്ങളെ വർണ്ണരാജികളാക്കി അപവർത്തനം ചെയ്യുന്ന ഹിമശൃംഗങ്ങളുടെ മുക്കോണക്കണ്ണാടികൾ.

വന്നുപോകുന്ന സഞ്ചാരികളുടെ മനസ്സിനെ തന്നിലേക്ക് പിടിച്ചുവലിക്കുന്ന കാന്തക്കല്ല്. ഭൗമപ്രകൃതിയുടെ വിചിത്രസുന്ദരഗരിമയായി അനാദിയും അനന്തവുമായ കാലതലങ്ങളിൽ അടിവേരാഴ്ത്തി നിൽക്കുന്ന അചലപ്രഭാവം. ഭാരതത്തിന്റെ ആത്മബോധത്തിൽ നിണ്ടുവിടർന്നുയർന്നു നിൽക്കുന്ന ദേവതാത്മാവായ ഹിമവാന്റെ ശിഖരജാലങ്ങളിലെ ഒരു ചൂഡാരത്നം. ചിരന്തനപ്രഹർഷമായി ആകാശപ്പരപ്പിൽ ഒളിമിന്നി നിൽക്കുന്ന തേജോരൂപം.

ദൂരെദൂരെ കാഞ്ചൻജംഗയുടെ ഭാവപ്പകർച്ച കൺനിറയുകയാണ്. അരികെയരികെ സുഹൃത്തിന്റെ സ്വഭാവപ്പകർച്ച മനംനിറയുന്നു. യാത്ര ചിലപ്പോൾ അങ്ങനെയാണ്. ഞൊടിയിടയിൽ എല്ലാം മാറ്റിമറിച്ചുകളയും. മനഃസ്ഥിതികൾ... സമീപനങ്ങൾ... കാഴ്ചപ്പാടുകൾ... നിലപാടുകൾ.... വിചാരഗതികൾ... സംഭവഗതികൾ...

എന്നോടൊപ്പം ചാരുബെഞ്ചിലിരുന്ന് പ്രകൃതിവിസ്മയത്തിൽ മനംമയങ്ങി വിദൂരതയിൽ കണ്ണുനട്ടിരിപ്പാണ് ഇരിട്ടിക്കാരനായ അധ്യാപകൻ. അയാൾക്കിത് നാടുവിട്ടുള്ള ആദ്യയാത്ര. ഇന്ത്യയിൽ കേരളത്തിനു പുറത്തുള്ള പ്രദേശങ്ങളെക്കുറിച്ചും ആളുകളെക്കുറിച്ചും പരമപുച്ഛമായിരുന്നു അയാൾക്ക്. സംസാരത്തിലും ഭാവത്തിലും പെരുമാറ്റത്തിലും.

കേരളവും മലയാളികളും മാത്രം എല്ലാറ്റിലും കേമം എന്ന വിശ്വാസക്കാരൻ. യാത്രയുടെ തുടക്കത്തിൽ സിലിഗുരിയിൽ നിന്ന് കയറിയതു മുതൽ എത്തിയ പ്രദേശത്തെയും നാട്ടുകാരെയും അയാൾ പരിഹസിച്ചുകൊണ്ടേയിരിക്കയായിരുന്നു.

കഴിഞ്ഞ രാത്രി എം.ജി. മാൾറോഡിലൂടെ സംസാരിച്ചുകൊണ്ടു നടക്കവേ അയാളുടെ മനോഭാവത്തിൽ വല്ലാതെ മാറ്റം വന്നതുപോലെ. പുതിയ പ്രദേശങ്ങളും ജനങ്ങളും അയാളെ വല്ലാതെ ആകർഷിച്ചത്രേ. ഇന്ത്യൻ ജീവിതസാഹചര്യത്തിന്റെ വൈവിധ്യഭംഗിയെക്കുറിച്ചും ഭൂപ്രകൃതിയുടെ ചാരുതയെക്കുറിച്ചും അയാൾ വാചാലനായി. താരതമ്യം ചെയ്ത് നമ്മുടെ ചില പോരായ്മകൾ ചൂണ്ടിക്കാട്ടുന്നു. കേരളമടക്കമുള്ള എല്ലാ പ്രദേശങ്ങളുടെയും സവിശേഷതകളും.

വിശ്വപ്രകൃതിയുടെ വിശാലതയെ അയാൾ നമിക്കുകയായിരുന്നു. ഇത്രയും കാലം കിണറ്റിലെ തവളയെപ്പോലെ ഇത്തിരിവട്ടത്തിന്റെ മേന്മയിൽ മാത്രം ഗർവം കൊണ്ട തന്നെക്കുറിച്ച് ലജ്ജ തോന്നുന്നതായി അയാൾ സമ്മതിച്ചു. ഓരോയിടത്തെയും അതത് തലങ്ങളിൽ വിലയിരുത്തണമെന്ന് ബോധ്യപ്പെട്ടതായി ഏറ്റു പറഞ്ഞു. ഓരോ നാടിനും അതി

ന്റേതായ തനിമയും ഗുണദോഷങ്ങളുമുണ്ട്. മുൻവിധികളില്ലാതെ അവയെ അറിയാൻ ശ്രമിക്കുമ്പോഴാണ് സഞ്ചാരം സഫലമാവുന്നത്.

യാത്രകൾ മനസ്സിന്റെ അതിരുകളെ വലുതാക്കിക്കൊണ്ടിരിക്കും... കാഴ്ചപ്പാടുകൾ വിപുലമാവും... ലോകാവബോധം കൂടുതൽക്കൂടുതൽ വിശാലമാവും... പുതിയ തിരിച്ചറിവിൽ നാം കൂടുതൽക്കൂടുതൽ വിനയരാവും...

ഹനുമാൻടോക്. ഗാങ്ടോകിലെ പ്രസിദ്ധമായ ഹിന്ദുക്ഷേത്രം. സമുദ്രനിരപ്പിൽനിന്ന് ഏഴായിരത്തി ഇരുന്നൂറ് അടി ഉയരത്തിൽ. നഗരത്തിൽനിന്ന് പതിനൊന്ന് കിലോമീറ്റർ അകലെ. 'നാഥുലാ' ഹൈവേയിലേക്ക് തിരിയുന്ന തെരുവിൽ വൈറ്റ്ഹാളിൽ നിന്ന് ഉയരത്തിലേക്ക്.

ലങ്കയിൽനിന്ന് മൃതസഞ്ജീവനി തേടിപ്പോയ വായുതനയൻ. ദ്രോണഗിരിയിൽനിന്ന് ഋഷഭാദ്രിയുമായി തിരിച്ച് പറക്കുന്നതിനിടയിൽ ഒട്ടുനേരം ഇവിടെ വിശ്രമിച്ചിരുന്നു. ഐതിഹ്യമാണ്. ആയിരത്തി തൊള്ളായിരത്തി അമ്പതിൽ അപ്പാജി പാന്ത് എന്ന ഒരു ഉന്നതോദ്യോഗസ്ഥന് സ്വപ്നത്തിൽ ഹനുമാൻ പ്രത്യക്ഷമായത്രേ. അദ്ദേഹമാണ് ഈ കുന്നിൻനെറുകയിൽ ബജ്‌രംഗവിഗ്രഹം പ്രതിഷ്ഠിച്ച് ക്ഷേത്രം സ്ഥാപിച്ചത്.

കയറി എത്തിയപ്പോൾ മുന്നിൽ ആകാരസൗഷ്ടവം തുളുമ്പുന്ന ആഞ്ജനേയവിഗ്രഹം. ഇടതുകൈയിൽ താങ്ങിയുയർത്തിയ ഋഷഭാദ്രി... വലതുകൈയിൽ തോളിൽച്ചേർത്തുവച്ച ഗദ... ഉയർത്തിപ്പിടിച്ച ശിരസ്സ്... തിളങ്ങുന്ന കണ്ണുകൾ... പറക്കുന്ന കാലുകൾ...

മുകളിലെത്തിയപ്പോൾ നീണ്ടുകിടക്കുന്ന നടപ്പന്തൽ. കയറിയുമിറങ്ങിയുമുള്ള പടികൾ ഇടയ്ക്കിടെ. നിരനിരയായി ഞാന്നുതൂങ്ങിക്കിടക്കുന്ന കൊച്ചുമണികളിൽ കൈവിരലോടിച്ചുകൊണ്ട് ആളുകൾ നടന്നുപോവുന്നു. മണിനാദവും മരച്ചില്ലകളിലെ കിളിനാദവും. തണുത്ത വെയിലും ഇളംകാറ്റും.

നടന്നെത്തുന്നത് ഒരു കൊച്ചു മന്ദിരത്തിൽ. സീതാരാമലക്ഷ്മണന്മാരുടെ പൂജാവിഗ്രഹം. ആളുകൾ നിലത്തിരുന്ന് കണ്ണടച്ച് പ്രാർഥിക്കുന്നു. പുറത്ത് വലതുവശത്തായി ചെറിയൊരു സായിമന്ദിർ. ഇടതു വശത്തെ കൊച്ചുമുറിയുടെ ഉൾച്ചുവരുകകളിൽ രാമായണകഥാസന്ദർഭങ്ങളുടെ ബഹുവർണറിലീഫുകൾ. ശൈലീകൃതമല്ല. യഥാതഥമായ ലളിതമനോഹരരൂപങ്ങൾ.

ചുറ്റിനടക്കുമ്പോൾ മനസ്സിന്റെ ഭിത്തികളിൽ വർണപടങ്ങളായി ആലേഖനം ചെയ്തുകൊണ്ടിരിക്കയാണ് ഗാങ്ടോകിന്റെ പ്രകൃതി മുഴുവൻ. മുഖമണ്ഡപത്തിലെ മാർബിൾ തറയിൽ അല്പനേരമിരുന്നു. ഇന്ദ്രിയാനുഭവങ്ങളുടെ കുളിർമ്മ. മനസ്സിലെ ആകാശപ്പരപ്പിലൂടെ നീന്തിക്കടന്നു പോവുന്ന ചിന്താമേഘശകലങ്ങൾ.

തിരിച്ചിറങ്ങി യാത്രചെയ്യുമ്പോൾ നഗരത്തിന്റെ പകൽക്കാഴ്ചകൾ. തെരുവുകളിൽ ആൾക്കൂട്ടങ്ങളില്ല. വാഹനത്തിരക്കില്ല. അങ്ങിങ്ങ് നടന്നുപോകുന്ന ചില നാട്ടുകാരും സഞ്ചാരികളും. അവിടവിടെ പാർക്കു ചെയ്തിരിക്കുന്ന ചെറുവാഹനങ്ങൾ. ഒരു തെരുവോരം കഴിഞ്ഞ് മലഞ്ചെരിവിൽ വണ്ടി നിർത്തി. ഡ്രൈവർ പുറത്തേക്ക് ചാടിയിറങ്ങി.

"ജൽദി ആ ജായിയേ. ദസ് മിനിട്ട്. മേരാ ഘർ ഇസ് ചഡായി കേ ഊപ്പർ ഹെ. " അയാൾ കൈവീശി നടന്നു.

"ഹം ഭീ ആ സക്തേ ഹെം?" ഞങ്ങൾ വിളിച്ചു ചോദിച്ചു.

"ജി സാബ്. ബഹുത് ഖുഷി." അയാൾ തിരിഞ്ഞു നിന്നു. ഞങ്ങൾ രണ്ടുമൂന്നു പേർ കൂടെ ഇറങ്ങിനടന്നു. കയറ്റം കയറി ഒരു വളവു തിരിഞ്ഞ് എത്തുന്ന നടവഴി അയാളുടെ വീട്ടിലേക്കാണ്.

മരവും മുളയും കൊണ്ട് നിർമ്മിച്ച പരമ്പരാഗത ഭവനം. നിലത്തുനിന്ന് നാലഞ്ചടി ഉയരത്തിലാണ്. തകരംകൊണ്ടുള്ള മേൽക്കൂര. ആഴത്തിൽ കുഴിച്ചിട്ട പത്തിരുപത് കരിങ്കൽത്തൂണുകൾകൊണ്ട് താങ്ങി നിർത്തിയ തറ പണിതിരിക്കുന്നത് മരംകൊണ്ടാണ്. കയറാൻ ചെറിയ മരക്കോണി. ചെറുവരാന്തയുടെ അരുകുകളിൽ മുളകൊണ്ടുള്ള കൈവരികൾ. മരപ്പലകകൾ ചേർത്താണ് ചുമരുകൾ.

മരച്ചട്ടക്കൂടിനുള്ളിൽ മുളംപാളികൾ അടുപ്പിച്ച് ചേർത്തടിച്ചുണ്ടാക്കിയ പുറംവാതിൽ തുറന്ന് സന്ദീപ് ലെപ്ച അകത്തു കയറി. മൂന്നുനാല് ചൂരൽക്കസേരകൾ എടുത്തു വരാന്തയിലിട്ടു. ഞങ്ങളെ ഇരിക്കാൻ ക്ഷണിച്ചു.

നല്ല വൃത്തിയും സൗകര്യവുമുള്ള കൊച്ചുവീട്. അകത്ത് കട്ടിലും അലമാരകളുമുണ്ട്. മരപ്പണിതന്നെ. പ്രധാനവീടിനോട് ചേർന്ന് പുറത്തേക്കുള്ള മുറിയാണ് അടുക്കള. അതിന്റെ ചുമരുകൾ മൺകട്ടകൊണ്ട് പണിതത്. നിലം കല്ലുപാകിയതും. മണ്ണുകൊണ്ടുണ്ടാക്കിയ അടുപ്പുകൾ. പാചകത്തിന് മൺപാത്രങ്ങളാണ്. ഭക്ഷണം സൂക്ഷിക്കാനും വിളമ്പാനും ചീനാക്കളിമൺപാത്രങ്ങൾ.

വളരെപ്പെട്ടെന്ന് സന്ദീപ് ഞങ്ങൾക്ക് ഓരോ കപ്പ് ഇലച്ചായ ഉണ്ടാക്കിത്തന്നു. ഞങ്ങളെ ജൽപായ്ഗുരിയിൽ വിട്ട് വണ്ടി ഏജൻസിയിൽ ഏൽപ്പിച്ച് സന്ദീപിന് കൊൽക്കത്തയ്ക്ക് പോകണം. ഇളയമകളുടെ പ്രസവം അടുത്തിടെയാണ് കഴിഞ്ഞത്. പോയി കുഞ്ഞിനെ കാണണം. പതിനൊന്നാം തവണ മുത്തച്ഛനായതിന്റെ സന്തോഷം. വസ്ത്രങ്ങൾ മടക്കിയടുക്കി ബാഗിനുള്ളിൽ വയ്ക്കുന്നതിനിടയിൽ ഏതോ വെളിപാടുപോലെ തന്റെ വംശചരിത്രം പറഞ്ഞുതുടങ്ങി ആയാൾ.

സിക്കിമിലെ മൂന്നാമത്തെ ടിബറ്റൻ രാജാവായ ചോഗ്യാലിന്റെ കാലത്ത് ജീവിച്ചിരുന്ന 'തികുങ് മെൻസലോങ്' എന്ന ലെപ്ച പണ്ഡിതന്റെ പിൻമുറക്കാരനത്രേ അയാൾ. പെട്ടിതുറന്ന് ഒരു പുരാതനലിഖിതം പകർത്തിയച്ചടിച്ച കടലാസ് അയാൾ ഞങ്ങളെ കാണിച്ചു. നിറം മങ്ങി അവിടവിടെ കീറിത്തുടങ്ങിയ, അച്ചടിച്ച പഴകിയ കടലാസ്. 'റോങ്' എന്ന ലെപ്ച ലിപിയിലുള്ള ആ ലിഖിതത്തിൽ 'തികുങ് മെൻസലോങി'ന്റെ വരികളാണത്രേ ഉള്ളത്. ഇടത്തുനിന്ന് വലത്തോട്ട് തിരശ്ചീനമായാണ് എഴുത്ത്. ഭാഷയുടെ പേരും 'ലെപ്ച' എന്നുതന്നെ. കൈയെഴുത്തുപ്രതിയുടെ ഈ ഫോട്ടോപകർപ്പ് ബ്രിട്ടീഷുകാരുടെ കാലത്ത് ഏതോ പത്രത്തിൽ അടിച്ചു വന്നതാണ്. അക്കാലത്ത് സിക്കിമിലെ ആദിവാസികളെക്കുറിച്ച് ഗവേഷണം നടത്തിയ സായിപ്പ് ഈ പത്രം സന്ദീപിന്റെ മുതുമുത്തച്ഛന് കൊടുത്തതാണത്രേ.

സിക്കിം, നേപ്പാൾ, തെക്കുപടിഞ്ഞാറൻ ഭൂട്ടാൻ, ടിബറ്റ്, ബംഗാളിലെ വടക്കൻപർവതപ്രദേശം എന്നിവിടങ്ങളിലെ ആദിമനിവാസികളാണ് ലെപ്ചയും റോങ്പയും.

സന്ദീപ് വാചാലനാവുന്നു എന്നു തോന്നിയപ്പോൾ ഞങ്ങൾ എഴുന്നേറ്റു. വാതിൽപൂട്ടി ബാഗുമായി ഇറങ്ങിയ സന്ദീപ് തെക്കുവശത്തെ പൈൻമരച്ചുവട്ടിലേക്ക് നോക്കി തൊഴുതു. അവിടെയാണത്രേ അയാളുടെ ഭാര്യയെ അടക്കം ചെയ്തത്.

"ഉസേ കാൻസർ ഥാ. ഛെ സാൽ തക് പീഡിതി രഹി." അയാളുടെ തൊണ്ടയിടറി. കണ്ണുകൾ നനഞ്ഞു. "ഉൻകി മൃത്യു ഹുയാ ദോ വർഷ് ഹോ ചുകേ ഹൈ. ഇസ്കേ ബാദ് ഛോട്ടി ബേട്ടീ കി ഷാദീ ഹോ ഗയീ." ഒരിക്കൽക്കൂടി പൈൻമരച്ചുവട്ടിലേക്ക് നോക്കി അയാൾ കണ്ണുതുടച്ചു.

വണ്ടി പതുക്കെ 'താഷി' വ്യൂ പോയന്റിനരികിലെ ടെലിവിഷൻ ടവറി

നോട് ചേർന്നുള്ള കുന്നിൻപുറത്തേക്കു കയറി. കുത്തനെയുള്ള കയറ്റം കഴിഞ്ഞ് നിരപ്പിലെ പാർക്കിങ് ഏരിയയിലെത്തി. വഴിക്കിരുവശങ്ങളിലും പലവർണങ്ങളിലുള്ള കൊടിതോരണങ്ങൾ.

'താഷി'ക്കാഴ്ച ഒഴിവാക്കാം. സന്ദീപാണ് നിർദേശിച്ചത്. അതേ അനുഭവം ഗണേഷ്ടോകിൽ കിട്ടും. സമയം ലാഭിക്കാം. ആവർത്തനം കുറയ്ക്കാം.

ഗണേഷ്ടോക്. സിക്കിമിലെ പ്രസിദ്ധമായ ഗണപതിക്ഷേത്രം. സമുദ്രനിരപ്പിൽനിന്ന് ആറായിരത്തി അഞ്ഞൂറ് മീറ്റർ ഉയരത്തിൽ. നഗരത്തിൽനിന്ന് ഏതാണ്ട് ഏഴ് കിലോമീറ്റർ ദൂരെ.

ചുറ്റിയും തിരിഞ്ഞുമുള്ള പടികയറ്റം. ഹനുമാൻടോകിനേക്കാൾ വളരെ കൂടുതലുണ്ട്. വയ്യ എന്നു പറഞ്ഞ് വക്കീൽദമ്പതികൾ താഴെയുള്ള കഫേയിലിരുന്നത് നന്നായി. കയറിയെത്തുമ്പോഴേക്ക് അവർ തളർന്നുവീണേനെ.

മുകളിലെ ക്ഷേത്രത്തിലേക്ക് കയറുംമുമ്പേയുള്ള ചെറുമണ്ഡപത്തിൽ വാസുകി ചുറ്റിനിൽക്കുന്ന ശിവലിംഗപ്രതിഷ്ഠ. അതിനു മുകളിൽ തൂക്കിയിട്ടിരിക്കുന്ന അടിയോട്ടയുള്ള പാത്രത്തിൽ ആളുകൾ വെള്ളമൊഴിക്കുന്നു. ശിവനെ അഭിഷേകം ചെയ്യാൻ. തൊട്ടുമുമ്പിലുള്ള ചെറിയ നന്ദികേശവിഗ്രഹത്തെയും കുളിപ്പിക്കുന്നുണ്ട്.

വലത്തോട്ട് തിരിഞ്ഞ് വീണ്ടും ആറേഴ് പടികൾ കയറിക്കഴിഞ്ഞാണ് വിനായകക്ഷേത്രം. കൊച്ചുശ്രീകോവിൽ. ഉള്ളിൽ ഒരാൾപൊക്കത്തിലുള്ള തേജസ്സുറ്റ വിഗ്രഹം. അഭയമുദ്ര. മുഖപ്രസാദം. മണിനാദം. നിറഞ്ഞു കത്തുന്ന വിളക്കുകൾ. അകത്ത് നിന്നുതിരിയാനുള്ള സ്ഥലം കുറവായതിനാൽ എല്ലാരും തൊഴുത് വേഗം മടങ്ങുന്നു. പുറത്ത് ചുറ്റിലും നാലുഭാഗത്തുമായി വൃത്താകൃതിയിലുള്ള മുഖപ്പ്. കൈവരികൾ. ചാരുബെഞ്ചുകൾ.

ആളുകൾ നിന്നും ഇരുന്നും കാഴ്ചകൾ കാണുകയാണ്. ഇടതുവശത്തെ കാഴ്ചത്തട്ടിലേക്കു കയറിനിന്നാൽ കൺനിറയെ പച്ചപ്പിന്റെ വിശാലദൃശ്യം. രാജ്ഭവൻ സമുച്ചയം. ഗാംഗ്ടോക്ക് നഗരപ്രൗഢി. വടവൃക്ഷങ്ങളിൽ പടർന്നു കയറുന്ന വള്ളിത്തണ്ടുപോലെ വളഞ്ഞുപുളഞ്ഞ് പോകുന്ന റോഡുകൾ. കുന്തമുനപോലെ ആകാശത്തേക്ക് കൂർത്തുയർന്നു നിൽക്കുന്ന ടെലിവിഷൻ ടവർ. ദൂരഗിരികളിൽ ധവളധൂമംപോലെ പൊങ്ങുന്ന മേഘപടലങ്ങൾ.

ാഴെയിറങ്ങി. വക്കിൽദമ്പതികൾ കഫേയിൽ കാത്തിരിപ്പാണ്. ചുറ്റിലു

ള്ള കസേരകളിൽ എല്ലാരും വന്നിരുന്നു. കോഴിക്കോടൻസുഹൃത്ത് എല്ലാർക്കും കോഫിയും സമൂസയും ഓർഡർ ചെയ്തു.

"ഇതിനും കണക്കെഴുതി വയ്ക്കുമോ." എന്റെ കളിച്ചോദ്യം കേട്ട് അയാൾ പൊട്ടിച്ചിരിച്ചു. "ഇല്ല, മാഷേ. കണക്കെഴുത്ത് നിർത്തി. യാത്രയിൽ ഇനി കണക്കില്ല."

എന്നെ ചൂണ്ടി അയാൾ ഒരഭ്യർഥന നടത്തി. "ഈ യാത്രയെക്കുറിച്ചെഴുതുമ്പോൾ എന്നെക്കുറിച്ച് മാഷിന്റെ മനസ്സിൽ തോന്നിയതൊക്കെ എഴുതണം." അയാൾ എന്റെ കൈകൾ കൂട്ടിപ്പിടിച്ചു. ഒരു പുഞ്ചിരി മാത്രം. നിറനിലാവുപോലെ. ദീപ്തവും നിഷ്കളങ്കവും സ്നേഹനിർഭരവും.

തണുപ്പിലലിയുന്ന വെയിൽനാമ്പുകൾ. വട്ടവർണക്കുടകളുടെയും വൃക്ഷത്തലപ്പുകളുടെയും ഛായയിലിരുന്ന് കോഫി കുടിച്ചുകൊണ്ട് ഇത്തിരിനേരം ഞങ്ങൾ വർത്തമാനം പറഞ്ഞിരുന്നു.

കേരളത്തിന്റെ വ്യത്യസ്ത ഭാഗങ്ങളിൽനിന്നു വന്ന പരസ്പരപരിചയമില്ലാത്ത പത്തുപന്ത്രണ്ടുപേർ. പല പ്രായക്കാർ... പല തരക്കാർ... പല സ്വഭാവവിശേഷക്കാർ... പല മേഖലകളിലുള്ളവർ... പല കാഴ്ചപ്പാടുകൾ... പല നിലപാടുകൾ... പല ചിന്തകൾ...

കഴിഞ്ഞ അഞ്ചാറ് ദിവസത്തെ സഞ്ചാരവേളകളിൽ അറിയാതെ രൂപപ്പെട്ട കൂട്ടുകുടുംബം. ഒന്നിച്ചു ഭക്ഷണം കഴിച്ചും ഒന്നിച്ചു യാത്ര ചെയ്തും അനുഭവവിശേഷങ്ങൾ ഒന്നിച്ച് പങ്കിട്ടും ഊറിക്കൂടിയ ദൃഢസൗഹൃദങ്ങൾ. ഒരേ മനസ്സും ഒരേ ചിന്തയും ഒരേ സഞ്ചാരസ്മൃതികളുമായി മടങ്ങുന്നവർ... ഇന്നു വൈകീട്ട് ന്യൂ ജൽപായ്ഗുരിയിൽനിന്ന് വണ്ടികയറുന്നതോടെ കൂട്ടംചിതറി സ്വന്തം ജീവിതപരിസരങ്ങളിലേക്ക് തിരിച്ചുപോകുന്നവർ... പിന്നെ വല്ലപ്പോഴും പരസ്പരം കണ്ടെങ്കിലായി... വിളിച്ചെങ്കിലായി... അറിഞ്ഞെങ്കിലായി...

ഗണേശമുടിയിൽനിന്ന് ഗാങ്ടോക്സൗന്ദര്യം കണ്ടു പടികളിറങ്ങി വരുന്ന സഞ്ചാരികൾ കാഴ്ചയുടെ നിർവൃതിയുമായി വാഹനത്തിൽക്കയറി തിരിച്ചുപോകുന്നു. നിറഞ്ഞ കൗതുകാംക്ഷയുമായി പുതിയവർ വന്നിറങ്ങുന്നു. മുകളിൽനിന്ന് താഴോട്ട് അവിടവിടെയായി വലിച്ചുകെട്ടിയ തോരണമാലകൾ വെയിലിൽത്തിളങ്ങി കാറ്റത്തിളകിയാടുകയാണ്. യാത്രികരോട് കൈവീശുന്നതുപോലെ. സ്വാഗതമുദ്രയാവാം. വിടചൊല്ലലാവാം. പടികൾക്കരികിലായി പൂത്തുലഞ്ഞു നിൽക്കുന്ന ജാപ്പാനീസ് ചെറിമരച്ചില്ലകളിൽനിന്ന് ഒന്നിച്ച് പറന്നകലുകയും ചുറ്റിപ്പറന്ന് വീണ്ടും വന്നണയുകയും ചെയ്യുന്ന ചെറുകിളിക്കൂട്ടങ്ങൾ.

കോണിഫറസ്മരത്തലപ്പുകളുടെ നിഴലാട്ടങ്ങൾ നോക്കി ഒരുവേള മൂകനായിരിക്കെ ഓർത്തുനോക്കി. മനസ്സിന്റെ അറകളിലെ കണക്കുപുസ്തകത്തിൽ അരൂപലിപികളിൽ എന്തൊക്കെയാവും ഓരോരുത്തരും കുറിച്ചിട്ടുണ്ടാവുക! അവാച്യവും അമേയവുമായ അനുഭവങ്ങളുടെ അനുഭൂതികൾ! കണ്ടറിഞ്ഞതും കേട്ടറിഞ്ഞതും തൊട്ടറിഞ്ഞതും! നേരറിവുകൾക്കപ്പുറത്തെ ഏതൊക്കെയോ നവ്യലോകത്തിന്റെ തെളിച്ചം! ഓടുന്ന വാഹനത്തിന് പുറത്തുള്ള കാഴ്ചകളെപ്പോലെ ജീവിതത്തിലെ ഇത്തിരിനിമിഷങ്ങളിലേക്ക് കയറിവരികയും ഇറങ്ങിപ്പോവുകയും ചെയ്ത കുറേ മനുഷ്യർ!

അങ്ങിനെ നടന്നിറങ്ങവേ ആരും പരസ്പരം സംസാരിക്കുന്നില്ല. മനസ്സോരത്ത് ഇപ്പോൾ ആൾക്കൂട്ടങ്ങളില്ല. ചുറ്റിലും പർവതശിഖരങ്ങളുടെയും കുന്നിൻചെരിവുകളുടെയും വൃക്ഷത്തലപ്പുകളുടെയും മഹാക്ഷേത്രം. യാത്രയുടെ അവസാന ഫ്രെയിമുകൾ.

ദൂരെ ഉച്ചവെയിലിന്റെ സ്ഫടികപാളിക്കപ്പുറത്ത് കാഞ്ചൻജംഗയുടെ നിഗൂഢകാന്തി മാത്രം.

●

www.ingramcontent.com/pod-product-compliance
Lightning Source LLC
LaVergne TN
LVHW060415051026
849518LV00007B/2551

9789349727984